அலைவரிசை

ம. காமுத்துரை

டிஸ்கவரி பப்ளிகேஷன்ஸ்
எண்: 9, பிளாட் எண்: 1080A, ரோஹிணி பிளாட்ஸ்
முனுசாமி சாலை, கே.கே.நகர் மேற்கு,
சென்னை - 600 078. பேச: 99404 46650

வெளியீட்டு எண்: 0423

அலைவரிசை (நாவல்)
ஆசிரியர்: ம.காமுத்துரை©
Alaivarisai (**Novel**)
Author: Kamathurai©
Print in India

1st Edition : Jan - 2025
ISBN: 978-81-19541-92-8
Pages - 124
RS. 160

Publisher • *Sales Rights*

Discovery Publications
No. 9, Plot,1080A, Rohini Flats,
Munusamy Salai,
K.K.Nagar West, Chennai - 78.
Tamilnadu, India.
Mobile: +91 99404 46650

Discovery Book Palace (P) Ltd
No. 1055-B, Munusamy Salai,
K.K.Nagar West,
Chennai-600 078.
Ph: (044) 4855 7525
Mobile: +91 87545 07070

discoverybookpalace@gmail.com / www.discoverybookpalace.com

இந்த நூலில் பிரசுரமாகியுள்ள எந்த ஒரு பகுதியையும் எழுத்துபூர்வமான முன்அனுமதி பெறாமல் எடுத்தாள்வதோ, மறுபிரசுரம் செய்வதோ, மொழியாக்கம் செய்வதோ, ஊடகங்களில் மறுபதிப்புச் செய்வதோ, காப்புரிமைச் சட்டப்படி தடை செய்யப்பட்டுள்ளது. இந்த நூலிலிருந்து சில பகுதிகளை மேற்கோள்காட்டி நூல்அறிமுகம் செய்யலாம்.

உங்கள் மொபைல் போனிலிருந்து ஸ்கேன் செய்து 'டிஸ்கவரி புக் பேலஸ்' மொபைல் ஆப்பை டவுன்லோடு செய்து, புத்தகங்களை வாங்குங்கள்.

என்னுரை

300 பிரதிகள் - 226 கடிதங்கள்..!

தமுஎகச அறம் அகவிழி நிகழ்வில் நான் எழுதிய "அலைவரிசை" நாவலை ஏறக்குறைய முன்னூறு புத்தகங்கள் விலைகொடுத்து வாங்கப் பட்டு; சுமார் இருநூற்று இருபத்தைந்திற்கு மேற்பட்ட வாசகர்களால் வாசித்து எழுதப்பட்ட கடிதங்கள். அதனைத் தொகுத்து இரண்டிரண்டு பத்திகளாக குறுக்கப்பட்ட வடிவில் அமைந்த நூற்றைம்பது பக்க ஆவணம் !..

அனேகமாக தமிழில் – இந்தியாவில் – சொல்லப்போனால் உலகிலேயே இதுபோல் ஒரு இலக்கியப் படைப்பிற்காக இத்தனை மெனக்கிடல்கள் இருந்திருக்குமா என்றால் இல்லையென உறுதியாகச் சொல்லலாம். அது தமுஎகசவின் அறம் கிளையின் அகவிழிக்கு மட்டுமே உரித்தான பெருமை என்பேன். படைப்பாளி களைக் கொண்டாடி அவர்களது அகத்தில் கசியும் பெருமிதத்தை – பூரிப்பைத் தனதாக்கி, தானும் பெருமை கொள்ளும் அமைப்பு அகவிழி மட்டுமே. அதற்காக தமிழ்ப் படைப்பாளிகள் சார்பில் உங்கள் அனைவருக்கும் மீண்டும் ஒரு சல்யூட்.

படைப்போம்; படைப்புகளைக் கொண்டாடுவோம் எனும் ஒரு மந்திரத்தை தமுஎகசவின் மாநிலக்குழு எழுப்பி இருந்தது. அது, தமிழகம் முழுவதும் ஓரளவு எடுத்துச் செல்லப்பட்டது; என்றாலும், அந்த உச்சாடனத்தை, முழு அர்த்தத்துடன் தமுஎகசவின் அறம் கிளைதான் செயல்படுத்திக் கொண்டுள்ளது. சொந்தக் காசு போட்டு உறுப்பினர்களை புத்தகம் வாங்கச் செய்வதும், வாங்கிய புத்தகத்தினை குறிப்பிட்ட நாளைக்குள் வாசித்து தனது கருத்தினைப்

பதிவிடுவதும், அக்கருத்துகளைத் தொகுத்து நூல் வடிவமாக்கி சம்பந்தப்பட்ட எழுத்தாளருக்கு நேரில் சென்று சமர்ப்பிப்பதும். எத்தனை ஆக்கப்பூர்வமான காரியம் !

மெல்லத் தமிழ், இனி வளரும் !

இச்செயலினை தொடர்ந்து செய்யவும், அதன் பலனாய் இன்னும் பலநூறு எழுத்தாளர்களின் நெஞ்சில் பாலை வார்க்கவும் எனது வாழ்த்துகள் !

'அலைவரிசை' நாவலினை வாசித்து கடிதம் எழுதியவர்கள் மொத்தம் 212 பேர், அதில் பெண் வாசகர்கள் 124. அதுவே மிகுந்த சந்தோசத்தினை அளிக்கிறது. ஏனென்றால், இந்நாவல் வெளிவந்ததும் எழுத்தாளர் ச.தமிழ்செல்வன் அவர்கள் படித்துவிட்டு கூறிய விமர்சனத்தில் "இது ஆண் மனம் படைத்த பெண்ணியப்படைப்பு" என்றார், தொடர்ந்து, "இது அதிகம் பெண்களைச் சென்றடைய வேண்டும்" என விரும்பினார். எதேச்சையாக அது அகவிழியில் சாத்தியமாகி உள்ளது.

நாவலை வாசித்த அனைவரும் ஒரு ஆண் படைப்பாளி எங்ஙனம் கூடுவிட்டு கூடுபாய முடிந்தது என கேள்வி எழுப்பி, நாவலில் பெண்ணின் இயல்பு கெடாமல் மையப்பாத்திரமான 'இவள்' வெளிப்பட்டிருப்பதாக கூறியுள்ளனர். புனிதவதி போன்ற பெண்தோழர்கள் மட்டுமல்லாது, சக்திபகதூரும் அதன் ரகசியம் என்ன என சத்தமாக கேட்டுள்ளார். அதில் எந்த ரகசியமும் இல்லை, படைப்பிற்கு நேர்மையாய் இருந்து நம்மை ஒப்புக் கொடுத்தால் போதும், ஒருசமயம் எழுத்தாளர் மேலாண்மை பொன்னுச்சாமி அவர்கள் சொன்னதுபோல 'எழுத்தாளன் என்பவன், தன் படைப்பு மனதை சுவாசமாய் போற்றவேண்டும்.' அவ்வளவுதான்.

ஏழு எனும் வரிசையில் ஒரு குறுநாவல் எழுத கோரிக்கை வந்தபோது ஏழிசை, ஏழுநாட்கள், இப்படி ஆளுக்கொன்றாய் எடுத்துச் செய்தனர். நான், பெண்ணின் ஏழுபருவங்கள், அல்லது ஏழுகன்னிமார் எடுத்துச் செய்ய திட்டமிட்டேன். தெய்வங்களை எப்படி கதைக்குள் கொண்டுவர என்ற குழப்பம் வந்தது. அதைவிட பெண்கள் எளிதானதாக எனக்குத் தோன்றியது. அரிவை, தெரிவை, மங்கை, மடந்தை, பேதை, பெதும்பை, பேரிளம்பெண் என

வயது மற்றும் குணரீதியாக வரலாற்றில் வகைப்படுத்தியிருந்தது கண்டேன். அதை எழுத்தில் கொண்டுவரும்போது எட்டாவது பருவம் தானாக முகிழ்த்துவிட்டது.

இந்தியாவிற்கென ஒரு விசேடகுணம் உண்டு. அதுதான் சாதி அடிப்படையில் அமைந்த சமூகம். இது பெருமைக்குரியதல்ல என்பது நாம் அனைவருக்கும் தெரியும். பொருளாதார அடிப் படையிலோ வர்க்கமாகவோ பிளவுண்டதற்கும் மேல் சாதியால் பிணைப்புண்டு கிடக்கிறது நமது இந்தியச் சமூகம். அதில் தாழ்த்தப்பட்ட சாதி எனும் பிரிவு அடுக்கிய மூட்டைகளில் அடி மூட்டையாகச் சிக்கி, நசுங்கிக் கிடப்பதாக சமூக நோக்காளர்கள் கூறுவதையும் நாம் அறிவோம். பிரச்சனை என்னவென்றால் அதற்கும் அடியில்தான் நமது பெண்கள் கிடக்கிறார்கள் – சொல்லப் போனால் எல்லாச்சாதிகளிலும் முற்பட்டதோ பிற்பட்டதோ, தாழ்த்தப்பட்டதோ உயர்த்தப்பட்டதோ எந்தச் சாதி என்றாலும் அதில் பெண்களின் நிலை உரத்துப் பேச முடியாததாக, தனக்கு வேண்டியதை வெளிப்படையாகக் கூறவியலாத நிலைமையில் இருப்பது வெள்ளிடை மலை. கல்வியில் தொடங்கி, பிடித்த உணவினை உண்ணும் சுதந்திரம் கூட அற்றவர்களாக - எஞ்சியதை உண்டு உயிர் வாழ்பவர்களாகவே உழல்பவர்கள் நமது இந்தியப் பெண்கள். அவர்கள்தான் நமக்குத் தாயாக, தாரமாக, சகோதரியாக, மகளாக எல்லாமாக இருக்கிறார்கள். ஆனால் எந்த ஆணும் கண்டு கொள்வதில்லை. அதைக்கூடஒரு தோழர் விமரிசனத்தில் – ‘ஏன் கண்டுகொள்ளவில்லை?’ என கேட்டிருக்கிறார். அதுவே சாஸ்வதம் என பெண்களுமே இருக்கிறார்கள் என்பதுதான் உச்சகட்ட சோகம்.

அப்படி மறுக்கப்படும் விஷயங்களை ஒவ்வொரு பருவமாக எழுத எண்ணினேன். அரிவை, தெரிவை என்றால் மொழி இலக்கணப் புலிகளின் நெற்றிக்கண் வெப்பத்தில் பொசுங்க நேரிடும் என்பதால், பிறந்தது, வளர்ந்தது என எனக்குச் சாதகமாய் பருவங்களை மாற்றிக்கொண்டேன். எல்லாப் பருவங்களிலுமே தனக்கு இழைக்கப்பட்டும் அநீதியால் எந்தவிதமான சின்ன வருத்தமும் இல்லாமல் பாரஞ்சுமப்பவளுக்கு நிமிர்ந்த பருவம் கிட்டும்போது என்னவாகும் என யோசித்த போதில்தான் ஏழாம்பருவத்தை துளைத்துக் கொண்டு எட்டாம் பருவம் எட்டி

உதைத்து வந்தது. அங்கேதான் கல்வித்தோட்டமும், பெரீம்மாவும் கிடைத்தார்கள்.

கடிதம் எழுதிய எல்லோருமே இதனை உள்வாங்கிக் கொண்டார்கள் என்பதில் படைத்தவன் எனும் விதத்தில் இறுமாந்து கொள்கிறேன். இரண்டுபேர்கள் மட்டும் தங்களை ஈர்க்கவில்லை என பதிவிட்டிருந்தனர். அவர்களுக்கும் நன்றி.

கதையை தத்தம் வார்த்தைகளில் அனைவரும் பிரதி எடுத்தது போல நாவலை எடுத்துச் சொன்னது உள்ளம் குளிர்ந்தது.(!) கதையின் துவக்கம் வாசகர்கள் அத்தனைபேரையும் ஈர்த்ததுபோல கல்வித்தோட்டமும், பெரீம்மாவும் ரெம்பவே கவர்ந்துள்ளனர். அதேபோல கதையின் நாயகிக்குப் பெயர் வைக்காத விசயத்தையும், துணைப்பாத்திரங்களை வெறும் உறவுமுறைகள் கொண்டே வளர்த்தது குறித்தும் கேள்வியும் விமர்சனமும் எழுந்துள்ளன.

நாயகிக்குப் பெயர் வைக்காததன் காரணம் வேறெதுவுமில்லை. எழுதுகிறபோது வைக்கத் தோன்றவில்லை. ஆனால் அப்படி வைக்காமல் விட்டதன் பலன் பலரும் தத்தம் பெயரை அல்லது தனக்குப் பிடித்தவர்களின் பெயரை வைத்துக்கொள்ள ஏதுவாக இருந்தது. சமீபத்தில் நம்மைவிட்டு மறைந்த கலைஇலக்கியாவுமே வாசித்து முடித்ததும் 'மைநேம் ஈஸ் கலைஇலக்கியான்னு போட்டுக்கிட்டேன் தோழர்' என்றார். நாயகி பெயரற்றவள் என்பதால்தான் அவளது சுற்றத்தார் அத்தனை பேருக்கும் பெயரில்லாமல் உறவுமுறைகள் சொல்லவேண்டிவந்தது. நாமிருவர் நமக்கு ஒருவர் என குடும்ப உறவுகள் சுருங்கிப்போன இன்றைய காலத்தில் அது தேவை என்பதும் பின்னால் புலப்பட்டது.

அனேகமாக இந்தவிமர்சனங்கள் அத்தனையும் வாசிக்கப் பெறும் ஒருவருக்கும் கிடைக்கும் அனுபவம் தனி ஒன்றாகவே இருக்கும் என்றெண்ணுகிறேன்.. புதினத்திலிருந்து எத்தனை கேள்விகள் எழுந்தனவோ அதற்கும் மேல் பதில்கள் இன்னொருபக்கம் குவிந்துள்ளன. இன்னும் கதையினை விரிவுபடுத்த - அடர்த்தியாக்க என ஆலோசனைகள் வேறு. ஆக, இவ்விமர்சனக் கடிதங்களை நாவலின் பிற்சேர்க்கையாய் இணைத்தால் அனேகமாய் நாவல் இன்னொருதளத்தில் போய் நிற்கும் என நினைக்கிறேன்.

அதற்கு முக்கியகாரணம் வாசித்த அத்தனைபேருமே தங்களைக் கதாபாத்திரங்களுடன் தனித்தனியாய்ப் பொருத்திக்கொண்டதே.

ஆஸ்பத்திரிக் கதவில் தனது கைக்கடிகாரம் உடைந்தது தெரியாமல் வாட்ச்மேனுடன் சண்டையிடும் அப்பாவிலிருந்து, மாதாவுக்கு மெழுகுவர்த்தி ஏற்றிவைத்து சீலக்காரியைக் கும்பிடும் அம்மாச்சி, பள்ளிக்கூடத்திற்குப் பிள்ளைகள் சேர்க்கவரும் ருக்குமணி, பாலம்மா டீச்சர், ஆண்பிள்ளைகளோடு விளையாடியதற்காக இவளை அடித்து வீதிவழியே இழுத்துப்போகும் அப்பா, விளையாட்டுக் களங்கள், பால்மணம் மாறா பிள்ளைகளுடன் ஐக்கியமான பத்மநாபன் பள்ளி, வாங்குப்பல் மாமன், அவனது முரட்டுத்தனமான அணுகல், மறுமணம். அதற்காக அப்பாவின் கெஞ்சல் அம்மாவின் வில்லத்தனம், இரண்டாம்தர கணவனின் அடாதுடி, நக்கல் நையாண்டி, இறுதியில் அவனை எட்டி உதைத்துவிட்டு கல்வித்தோட்டம் அமைக்கும் பெரீம்மா !

இத்தனையும் வாசித்து வாசகர்கள் எழுப்பும் விசும்பல்கள், விகசிப்புகள், ஏக்கம், ஏளனம், கோபம், கொண்டாட்டம், கொந்தளிப்பு எத்தனைவிதமான உணர்ச்சிக் கலவைகள் ! கல்வித்தோட்டத்தில் ருக்மணி டீச்சரை ஏன் சேர்க்கவில்லை என பெரீம்மாவுக்கு ஒருவர் கேள்வி எழுப்பி இருகிறார். நாயகியின் வாழ்க்கை தலைகீழாய் மாறப்போகிறது என்பதற்காகத்தான் துவக்கத்தில் குழந்தையை தலை மாத்திக் கொண்டு வந்தீரோ என ஆசியருக்கு ஒரு கேள்வி, கல்வித்தோட்டம் தழைத்தோங்க ஒருவர் பிரார்த்திக்கிறார். அதேநேரம் நாவலின் இறுதிப்பகுதி செயற்கையான முடிவாகத் தெரிந்தாலும் ஏற்றுக் கொள்ளும்படியாக அமைந்திருப்பதாகச் சொல்லும் விமர்சனத்தையும் புறந்தள்ளமுடியாது. வட்டார வழக்கில் நாவல் இருந்ததில் பாராட்டும் ஒருசில ஏச்சும் கூட வந்திருக்கிறது.

ஏற்கெனவே சொன்னதுபோல் அனைவரும் கதையினை வாங்கி பதிவிட்டிருந்தாலும் எண்பதுக்கும் மேற்பட்ட வாசகர்களின் பதிவு, நாவல் குறித்த ஒரு உரையாடலைத் துவக்கும் முகமான பதிவாக இருந்தது. தேர்ந்த வாசக விமர்சனமாகவும் அமைந்திருந்தது. பல கேள்விகள் பாராட்டுகள், உற்சாகமான ஊக்குவிப்புகள், அடுத்தகட்டத்திற்கான ஆலோசனைகள் என காய்த்தல் உவத்தலில்லாத பதிவுகள். படைப்பாளனை உசார் படுத்துகின்றன. இன்னும் நெருக்கமாகப் போனால் பத்து - பதிமூன்று பேரது விமர்சனங்களில் தற்கால இலக்கிய உலகத்து விமர்சனப் போக்கின்

அழுத்தமான தடம் பதிந்திருப்பதைக் காணமுடிகிறது. பிரமித்துப் போகிறோம். அத்தனை காத்திரமாக அதேசமயம் மிகுந்த பொறுப்புணர்ச்சியும் லாவகமான எழுத்து நடையுடனுமான ஒரு மேன்மையான விமர்சனத்தினை வைத்திருக்கிறார்கள். அந்த மாயச்சாட்டையினை கண்டுகொள்ளாமல் எந்தப் படைப்பாளியும் திரும்பமுடியாது.

அந்த பதின்மர் வெகுவிரைவில் தமிழுக்கு வரவிருக்கும் புதிய படைப்பாளிகள் என்பது எனது அனுமானம்.

அதேபோதில் இதில் பங்கேற்றிருக்கும் எல்லோரிடத்துமே அக்கூறுகள் மிளிரக் காண்கிறேன். இலக்கியத்தின்பால் தன்னை ஒப்புக்கொடுத்து வெளிவரும் கணத்தில் சாத்தியமாக வாய்ப்பு உண்டு. அதை முதலில் ஒவ்வொருவரும் உணரவேண்டும். அதற்கான வாசல்களையும் வாய்ப்புகளையும் அகவிழி கொண்டுவரும் எனும் நம்பிக்கை எனக்குண்டு.. செவியுடையோர் கேட்கக் கடவுது.

எப்படியோ, கதையினை எழுதிவிட்டு யாராவது ஒருவாசகர் உங்கள் கதையினைப் படித்தேன் எனச் சொல்லமாட்டார்களா என்று ஏங்கவைக்கும் ஒரு சமூகத்தில் ‘இந்தப்படைபோதுமா’ என்று திக்குமுக்காடச் செய்திருக்கும் அகவிழிக்கும் எழுதிப் பெருமைப் படுத்திய அத்தனை வாசகர்களுக்கும் தனித்தனியே நானும் கடிதம் எழுதினால்தான் என்கடன் தீரும்.

அத்துடன் புதுப்பொலிவுடன் இந்நூலினைக் கொண்டு வந்திருக்கும் டிஸ்கவரி புக்பேலஸ் நிறுவனத்துக்கும் தோழர் மு.வேடியப்பன் அவர்களுக்கும் எனது அன்பும் நன்றியும் !

தோழமையுடன்,

ம. காமுத்துரை

05-12-2024

முன்னுரை

முன் விதைப்புக் காலம்

பெண், தனது விருப்பங்களைக் கனவுகளாகக் காணக்கூட அனுமதி மறுக்கப் பட்டவள். குழந்தைப் பருவம், விளையாட்டு, படிப்பு, இணையைத் தேர்ந்து கொள்ளும் உரிமை, காதல், உடன் பிறந்தோர் மீது காட்டும் அன்பு என எதற்குமே இடமின்றி வாழ்நாள் முழுதும் துரத்தப்பட்டுக்கொண்டே இருக்கிறாள். தனக்கு மறுக்கப்பட்ட வாழ்வை தன்னைப் போன்றவர்களுக்கு உருவாக்கித் தரும் நிலைக்குத் தன்னை உயர்த்திக் கொள்வதில் முடிகிறது இப்புதினம். புதினம் என்பதால் பாத்திரங்களின் வாயிலாக பெண்ணின் முழுமையான வாழ்வனுபங்களை நிதானமாக அசைபோட்டு நகர்த்திக்கொண்டு போகாமல், அலைத் தொடராக அவளை மீண்டெழ விடாமல் வந்து வந்து தாக்கும் துயரங்களை ரயில் பயண வேகத்தில் 'தடதட'வென்ற பாய்ச்சலாகச் சொல்லிக்கொண்டு போகிறது. ரயில் பயண அனுபவத்தைக்கூடத் தராததாகத்தான் இருக்கிறது இப்பெண்ணின் வாழ்க்கை. என்று சொல்வது போல அமைந்துள்ளது ஆசிரியர் தேர்ந்துள்ள அத்தியாயங்களும், அவற்றின் பக்க அளவும், மொழிநடையும்.

பக்கங்கள் கடந்து செல்வதற்கு நிகராகவே வாசிப்பவரின் மனமும் இவளுக்கு என்ன நேருமோ, ஏதேனும் ஒரு விடிவு கிடைத்துவிடக் கூடாதா என்று 'படபட'வென அடித்துக்கொள்ளும் விதமாகத்தான் நிகழ்வுகள் நடந்தேறுகின்றன.

அவள்மீது அனுதாபத்தைக் கோரவில்லை ஆசிரியர். "இதோ பாருங்க, இப்படித்தானே இருக்கு" என்று கேட்கும் தோரணையில்

நாம் கண்டிருந்த, காணக்கூடிய அல்லது கண்டும் கவனம் செலுத்தாத ஒரு பெண்ணுடைய வாழ்க்கையின் அன்றாட நிகழ்வுகளைத் துல்லியமாகக் காட்சிப்படுத்துகிறார். புனைவுக்கான எந்த மிகை கூறலும் இல்லை

மென்னுணர்வுகளைக் கொஞ்சங் கொஞ்சமாகத் தொலைத்துவரும் இன்றைய வாழ்க்கை முறையில், காலை உடைப்புச் செய்தியை *(BREAKING NEWS)* பிற்பகல் இரண்டாம் முறை காண நேர்ந்தாலே சேனல்களைப் புதிது புதிதாக மாற்றிக் கொண்டு இன்னொன்றை உரைப்பாகக் காண விழையும் அளவிற்கு கண்களின் திரைகள் தடித்துக்கூர் மழுங்கிப் போன இந்நாளில் இந்த எதார்த்தப் படைப்பாளியின வாசிப்பவனின் காதுகளைத் துளைத்துச் செல்லாமல் போகலாம். அதற்காக கலையமைதியைச் சிதைத்தும் காதுகளில் ஊற்றுவது எழுத்தாளனின் வேலையல்ல. மென் குரல் கொண்டு, தனது கருத்துக்களைப் புனல் கொண்டு தம் நறுங்கின பூஞ்சை உடம்பையும், மலங்க மலங்க விழிக்கும் கண்களையும் வைத்துக் கொண்டு இன்னும் குமரி என்ற பருவத்தைக் கூட அடையாத அவளைச் சொந்த மாமனுக்குக் கட்டி வைக்கும் போது பறவையைப் பிடித்துக் கூட்டிற்குள் அடைப்பது போல படபடவென்று அடித்துக் கொள்கிறது இதனை வாசிக்கிறவர்களின் மனது. அந்த அடிப்புப் பதட்டம் தணிவதற்கு உள்ளேயே அவள் வயிற்றில் பிள்ளைக் கனத்தையும், கையில் பிரிவுக் கனத்தையும் இறக்கி வைத்து விட்டுச் சாகிறான் பட்டாளத்து மாமன்.

பூப்பெய்திய நாளன்றே அவள், மாமனுக்குத் தான் என்று முடிவு செய்கிறார்கள். போகிற போக்கில் கூட அவளிடம் சம்மதம் கேட்பதில்லை. சம்மதம் கேட்பதென்ன உன்னை உன் மாமனுக்கு மணம் முடித்துத் தரப் போகிறோம் என்பதைச் செய்தியாகக் கூடச் சொல்வதில்லை. ஓட்டத்திற்கு வாட்டமாக ஏற்றிப் பிடித்த பாவாடையை இறக்க மனமில்லாத இந்தப் பிஞ்சு உடம்பின் மீது வைக்கோல் தாளாகக் குத்தும் பட்டுப் புடவையைச் சுற்றி விடுகிறார்கள்.

பட்டாளச் சிப்பாயைத் துப்பாக்கித் தூக்கவும் களத்தில் ஓடவும் உணவும், உடற் பயிற்சியும் கொடுத்துத் தயாரிப்பது போல

அவளைத் தயாரிக்கின்றனர் வீட்டார். ஓங்கரித்து வரும் நாட்டுக் கோழி முட்டைக் கருவை தலையில் தட்டித் தொண்டைக்குள் திணிப்பது போலவே ஒரு சொல்லும் அவளது வாயிலிருந்து எழும் முன்னரே உள்நோக்கித் திணிக்கப்பட்டு விடுகிறது.

வாசிப்புப் பழக்கம் இருப்பதாக நம்பப்படுகிற நகரத்து நடுத்தர வர்க்க வாழ்க்கைக்கும், கிராமப் புற வாழ்க்கைக்கும் மிகப்பெரிய வேறுபாடுகள் உண்டு, பூப்பெய்திய நாள் முதலே ஆதிமனிதன் நெருப்பைக் காப்பது போல பெண்ணைக் காப்பது தான் இன்றளவும் கிராமத்து வாழ்க்கை முறையாக இருக்கிறது. விற்கக் கூடாததை விற்றாவது பெண்ணுக்கு மணம் முடித்து நிம்மதிப் பெருமூச்சு விடுவதே கிராமத்துப் பெற்றோரின் வாழ்நாள் லட்சியமாக இருக்கிறது.

நகரியம் சார்ந்த வாழ்க்கையிலோ பெண் ஐந்தாறு ஆண்டுகள் மேற்படிப்பை முடித்து, நெட்டி முறிக்கக் கூட அவகாசம் இல்லாமல் அதே ஓட்டத்தில் வேலையில் அமர்ந்து, அமர்ந்த வேலையைத் தக்க வைக்க கூடுதல் படிப்பு படிக்கும் போதே பெண் கன்னிக்குரிய உடல் இளக்கத்தை இழந்து விடுகிறாள். கிட்டத்தட்ட முழு மனுசியாக முப்பது வயதை நெருங்கும் பொழுது மண வாழ்க்கையில் நுழைகிறாள். உணர்வுகளாலும், முறை தவறிய உணவுப் பழக்கத்தாலும், உடலை ஒட்டச் சுரண்டிய உழைப்பாலும் மந்தித்துப் போன பெண்ணுடல் ஒரு சிசுவைக் கர்ப்பத்தில் சுமப்பதும், அதனை ரத்தக்களறிக்கு உள்ளாகாமல் ஈன்றெடுப்பதும், ஈற்றுப் பின் தொல்லைகளும் அல்லது மகப் பேறின்மையும் நகரியப் பெண்ணுக்கு வாழ்நாள் சிக்கலாக மாறி விடுகிறது.

இதற்குச் சற்றும் குறைவில்லாமல் தான் இருக்கிறது இன்றைய கிராமத்துப் பெண்ணின் வாழ்க்கையும்.

தான் பெறப்போகும் பிள்ளைக்காகவும், குறைந்தபட்ச வாழ்க்கைத் தேவைக்கான வேலைக்காகவும் பத்தாம் வகுப்புவரை படிக்க வேண்டிய நெருக்கடி இருக்கிறது. விவசாயம் சார்ந்த பொருளீட்டல் இல்லாததால் நிரந்தர வயிற்றுப்பாட்டுக்காக, திருமணச் செலவினங்களுக்காக அக்கம் பக்க நகரங்களுக்கு கடுமையான உடலுழைப்புக் கோரும் வேலைக்குச் செல்ல வேண்டியிருக்கிறது.

ஆக, நகர்ப்புற படித்த நடுத்தர வர்க்கமானாலும், குறைந்த படிப்பைப் பெற்ற அல்லது கல்வி மறுக்கப்பட்ட கீழ் நடுத்தர வர்க்கப் பெண்ணானாலும் உடலுழைப்பைச் செலுத்தி பொருளீட்டினாலும் முற்ற முழுக்க வெகு இளம் வயதிலேயே உடல் பலவீனமுற்று சமூகப் பாதுகாப்புக்காகவும், குடும்பப் பொறுப்பை நிறைவேற்றவும் ஆணைச் சார்ந்திருக்க வேண்டியவளாகவே இருக்கிறாள்.

ஜனநாயக வளர்ச்சி என்று சொல்லப்படுகிற முதலாளித்துவ ஆட்சி முறையாலும், இன்றைய உலகமயச் சந்தை வாழ்க்கை முறையாலும் பெண் வீட்டிற்கு வெளியே உலவ, உழைக்க அனுமதிக்கப்பட்டிருக்கிறாளேத் தவிர அவளைப் பின்னியுள்ள கட்டுக்களில் இருந்து சிறிதளவும் விடுபடவே இல்லை.

பெண்களுக்கான மூன்றில் ஒருபங்கு இட ஒதுக்கீட்டுச் சட்டம் நாடாளுமன்றத்தில் நிறைவேற்றப்பட முடியாதது போலவே, பெண்ணுரிமைக் குரல் நகரத்தைக் கடந்து கிராமங்களுக்குள் இன்னமும் போகவே இல்லை. இந்தப் பின்னணியில்தான் இந்தப் புதினத்தை நாம் வாசிக்கிறோம்.

பொது அரசியல், தத்துவம், கல்வி, ஊடக வெளிச்சம் இவை அனைத்தும் மறுக்கப்பட்ட அல்லது கிடைப்பதற்கு வாய்ப்பே இல்லாத பெண், தன் நடுத்தர வயதுவரை சேமித்த கனவுகளை மெய்ப்பிக்கும் சக்தியாக உருக்கொண்டு எழுகிறாள்.

அந்த எழுச்சியைத் தக்க வைக்கும் துணிவை அவள் பெற்றிருக்கிறாள் என்றும் கோடிட்டுக் காட்டுகிறது. அந்த வகையில் புதினம் தொடங்கிய எதார்த்த தளத்தில் இருந்து விலகாமல் வாசக மனதை முன்னகர்த்திச் செல்கிறது. இந்த முடிப்பு ஆசிரியரின் அடுத்த பாகத்திற்கான தொடக்கமாகவும் எடுத்துக்கொள்ளத் தோன்றுகிறது.

முழுக்க முழுக்கக் கிராமியப் பின்னணியில் எழுதப்பட்டுள்ள இப்புதினம், பெண் பாடுகளுடன் கீழ் நடுத்தர வர்க்கத்தின் வாழ்க்கைப் பாடுகளையும் சொல்லிக்கொண்டு போகிறது. அம்மக்களின் வாழ்க்கைப்பாட்டிற்குப் பிள்ளைகளின் உழைப்பு முக்கியமான ஆதாரமாக இருக்கிறது.

அவள் பூப்பெய்தியபோது நடக்கும் சடங்குகளின் ஊடாகவே மணப்பேச்சும் இடம் பெறுகிறது. அவளின் அம்மா இன்னும் ஓரிரு வருடங்கள் ஆகட்டும் என்று அவளது உடலை முன்னிட்டு மறுக்கிறாள். அந்த மறுப்பிற்கு இன்னொரு காரணம் வீட்டில் மாடு, கன்னுகளைப் பார்த்துக்கொள்ளவும், தண்ணி எடுத்துத் தொட்டி நிரப்பவும் அவளுக்கு மாற்று என்ன செய்வது என்ற கேள்வியும் உட்பொருளாக இருக்கிறது.

அதேபோல விவசாயம் சார்ந்த கிராம வாழ்வில் பதின்ம வயதை எட்டுவதற்கு முன்பிருந்தே ஒழிச்சல் இல்லாத உழைப்பு பெண்ணைத் துரத்திக்கொண்டே இருப்பதைத் துணைச் செய்தியாகப் பதிவு செய்கிறது.

கல்வி என்ற பெயரில் இளம் சிறாரைச் சட்டகத்தில் போட்டு நெருக்கிக் கொண்டிருக்கும் நம் காலத்தில், நகர்ப்புறமானாலும், கிராமப்புறமானாலும் பதின்ம வயதுக் காலத்து விளையாட்டுகள் அறுகி வருகின்றன. உடல், மன, அறிவு வளர்ச்சிக்கு மிகவும் அத்தியாவசியமான விளையாட்டு ஏதோ கேளிக்கை நேர விரயமாகவே பார்க்கப்படுகிறது. அவ்வவ் வயதிற்குரிய விளையாட்டுகள் வளர் பருவத்திற்குரிய உரிமை என்ற கோணத்தில் கல்வி குறித்து அதிகம் பேசப்படுகிற நம் காலத்திலும் சமூகவியாளர்கள் அணுகுவதில்லை. படிப்பில் நல்ல மதிப்பெண் எடுத்தால் அதற்குக் கையூட்டாக சைக்கிள், பைக், பேட் போன்று இன்னது வாங்கித் தருகிறேன் என்று அவரவர் பொருளாதார வசதிக்கு ஏற்றவாறு பெற்றோர் வாக்குறுதி கொடுப்பதைப் பார்க்கிறோம். இன்றைய விளையாட்டுக்களும், சாகசக் கிளர்ச்சியும் பால் சார்ந்ததாகவே கருதப்பட்டு வருகிறது.

அலை எண் 3 இல் "அவள்" விளையாடக் களத்தில் இறங்கும்பொழுது நாமும் அவளின் விளையாட்டுத் தோழனாக ஆகி விடுகிறோம். அவ்வளவு துல்லியமாக ஆசிரியர் கிராமத்து விளையாட்டுக்களை நிகழ்த்திக் காட்டுகிறார். ஒன்று அலுத்த பொழுதில் இன்னொன்றிற்குத் தாவுகிறார்கள். சுமார் மூன்று மணி நேரத்தில் நான்கைந்து வகையாக விளையாடுகிறார்கள். உடலும் மனமும் லயிக்கும்பொழுது அதில் சலிப்பு ஏற்படுவதில்லை. ஒருவாய்த் தண்ணீர்கூட குடிக்காமல் அத்தனைத் தீவிரமான விளையாட்டு அத்தனையும் படைப்புத் திறனை வளர்ப்பவை.

அதற்குரிய உபகரணங்கள் ஏதும் கிடையாது. இருட்டும் வெளிச்சமும், வெளியும், இடுக்கும் எனப் புறச்சூழலே விளையாட்டிற்கு உரிய பொருளாகின்றன. பதின்ம வயதை நெருங்கும் இரு பாலினச் சிறார்கள் தொட்டும் பிடித்தும் விளையாடுகிறார்கள். விளையாட்டுத் தீவிரத்தில் எதிர் பாலுணர்ச்சி அங்கே முன்னுக்கு வருவதில்லை.

ஊடகக் குப்பைகள் நம் தலையில் பாலுணர்வுகளை மீண்டும் மீண்டும் கொட்டி பிள்ளைகளின் தொடு உணர்வைப் பாழடித்துக் கொண்டிருக்கும் இந்தக் காலத்தில் இந்தப் புதினத்தில் வரும் விளையாட்டுக்கள் நமக்கு ஒரு உபரியான அனுபவத்திற்கும் மேலாக படிப்பினையை வழங்குகிறது.

இப்படி ஒவ்வொரு அத்தியாயங்களிலும் விண்டு சொல்ல நிறைய செய்திகள் உள்ளன. அப்படிச் சொல்லுவது வாசகரின் பார்வையைக் குறுக்கிவிடக் கூடும். எனவே இறுதி அத்தியாயம் குறித்து மட்டும் மேலோட்டமாகப் பார்த்து விடுவோம்.

தன் வாழ்வில் எல்லாமும் மறுக்கப்பட்ட பெண்ணாகிய அவளுக்கு, புதினத்தின் ஆசிரியர் பெயர்கூட வைக்கவில்லை. சமூகம் அவளுக்கு எதைத் தர மறுத்ததோ அதை தன்னைப் போன்றவர்களுக்குத் தரும் விதமாகக் கல்வித் தோட்டம் அமைக்கிறாள்.

சிலருக்கு இது இயல்புக்கு முரணாகத் தோன்றலாம். ஆனால் வாழ்க்கையை முழுமையாகக் காண்பவர்களால் "அவள்" கல்வித் தோட்டம் அமைப்பதைச் சரியென்றே ஏற்றுக்கொள்ள முடியும். கணவன் விட்டுச்சென்ற ஆட்டோவை ஓட்டிக் குடும்பத்தைத் தூக்கி நிறுத்தும் பெண்ணைக் காண முடிகிறவர்களால், சூழலே மனிதனை உருவாக்குகிறது என்ற இயங்கியல் உண்மையை ஏற்றுக் கொள்கிறவர்களால் இந்நாவலின் நாயகி அடையும் எழுச்சி நிலையை ஏற்றுக்கொள்ள முடியும்.

அதையும் மீறி இது கலை அமைதியைக் கெடுக்கிற பரப்புரை என்பவர்களுக்குச் சொல்லத் தோன்றுவது நூறு பக்கம் நீங்களும் கண்ட ஒரு வாழ்க்கையைச் சொல்லும் ஆசிரியருக்கு பத்துப் பக்கம் தான் கண்ட அல்லது தான் காண விரும்பும் வாழ்க்கை உங்களுடன் பகிரும் உரிமையைத் தரக்கூடாதா? என்பதுதான்.

உலகமய வாழ்க்கையும் ஆணாதிக்கத்தை உயர்த்திப் பிடிக்கக் கூடியதுதான் என்றாலும் அதுபால் வேறுபாடின்றி அனைத்துத் தரப்பினருக்கும் போட்டியில் பங்கேற்கும் வெளியைத் திறந்து விட்டிருக்கிறது என்பதை மறுப்பதற்கில்லை.

அந்த வெளியில் தன்னை நிறுவிக்கொள்ளத் துணிகிறாள் "அவள்" ஆகிய இந்நாவலின் நாயகி. தன்னுடைய அடையாளத்தைத் தான் மட்டுமே முயன்று பெற்றாக வேண்டும் நிலைக்குத் தள்ளப்பட்டு விட்டாள்.

அடுக்கடுக்கான ஆணவக் கொலைகளின் பின்னணி கௌசல்யாக்களை உருவாக்குகிறது. கௌசல்யா போன்று எனக்கொரு சகோதரி வேண்டும். எனக்கு கௌசல்யா போன்ற ஒருத்தியே மகளாகப் பிறக்க வேண்டும் என்று நீங்கள் விரும்பினால் இந்நாவலின் நாயகி உங்கள் மனதை உழுது உரமேற்றித் தருவாள்.

தோழமையுடன்
போப்பு,
பாண்டிச்சேரி,
27 12 2017

அலை 1

"வயித்துல கொழந்த தலமாத்திக் கெடக்கு..."

அம்மாவைப் பரிசோதித்த பெரிய டாக்டரம்மா காதிலிருந்த ஸ்டெத்தாஸ்கோப்பைக் கழுத்துக்கு மாற்றிக்கொண்டு சொன்னார்.

அம்மாச்சிக்கு அடிவயிறு கலங்கியது. தானும் ஏழெட்டுப் பிள்ளைகளைப் பெற்று, ஊருக்குள் வெறும் விளக்கெண்ணெய்த் துணையோடு பலருக்குப் பேறுகாலம் பார்த்த அனுபவம் இருந்தும்கூடச் சொந்த மகளுக்கென்றதும் சகலமும் சட்டென மறந்துபோனது.

"திரும்பீரும்ல ..ங்மா..". கலக்கத்தோடு டாக்டரம்மாவிடம் கேட்டுக்கொண்டே படுக்கையிலிருந்த அம்மாவைப் பார்த்தது.

அம்மா மயக்க நிலையில் கட்டிலில் கிடந்து முனகிக் கொண்டிருந்தது.

"தலப்பிள்ள.. ங்கம்மா.." அருகிலிருந்த பெரிய அம்மாச்சியும் – அம்மாச்சியின் அக்காள் – தன் பங்கிற்குப் பேசியது.

தெரியும் என்பதைப்போலத் தலையை ஆட்டிய டாக்டரம்மா, "ஊசிபோட்டிருக்கேன். வெய்ட் பண்ணிப் பாக்கலாம்." என்றார்.

"வேறெந்தப் பிரச்சனையுமில்லையே.." பெரியம்மாச்சி.

"ஹெல்த் வீக்கா இருக்கு... சரியா சாப்பிடாதா..?"

"அதெல்லா எதையும் கழிக்காமத்தேஞ் சாப்பிடுவா.." எனப் படாரென்று பதில் சொன்ன பெரியம்மாச்சி, அம்மாச்சி அருகில் இருக்கக் கண்டதும் சட்டெனத், தொனியை மாற்றிக்கொண்டது. "எங்க..ங்ம்மா.. என்னத்த திங்கிறா.. கோழி கொறிச்ச மாதரிதே

கொறிப்பா.., நாலுவாய் லவக்குன்னு அள்ளிப்போடக் கண்டதில்ல.. என்னா செல்லம்மா..” சாட்சிக்கு அம்மாச்சியைப் பேர்சொல்லி அழைத்துக்கொண்டது.

“குறுக்கால விழுந்து கெடக்கா, தல மாறிக் கெடக்குதுங்களா..?” “அம்மாச்சி தனது அனுபவ அறிவைப் பிரயோகிக்க அம்மாவின் வயிற்றை அழுத்திப் பார்த்தது. அதற்குள் அங்கிருந்த நர்ஸ், அம்மாவை மறைத்துத் திரை போட்டார். “பேஷண்டத் தொடதீங்கம்மா.. ஓரமா நில்லுங்க..” என்றார்.

“அதுக்குத்தான் ஊசி போட்டுருக்கும்மா..எதுன்னாலும் மாறும்.” என்ற டாக்டரம்மா, நர்ஸிடம் திரும்பி, “ட்ரிப் போட்டுவிடு.” சொல்லிவிட்டு நகர்ந்தார்.

மத்தியானமே அம்மாவுக்கு வலி ஏற்பட்டுவிட்டது. அது பொய்வலியா, புள்ளைவலியா எனக் கண்டறிய அம்மாச்சி வழக்கம் போலச் கசாயம் காய்ச்சிக் கொடுத்துக் காத்திருந்தது. சூட்டுவலி யாயிருந்தால் விலகட்டும் என அடிவயிற்றில் விளக்கெண்ணையைத் தடவிவிட்டது. நேரம் செல்லச் செல்ல வலியின் தீவிரம் தெரிய, உடனடியாய் அம்மாவை ஆஸ்பத்திரிக்குத் தயார்ப்படுத்தியது.

பலசரக்குக் கடையில் வேலைபார்க்கும் பெரியமாமாவுக்கு வரச் சொல்லி ஆளனுப்பியது..பழையதுணி, சமுக்காளம், தலகாணி–ஆஸ்பத்திரியில் கொடுப்பார்கள் என்றாலும் ஒரு அவசர சமயத்துக்கு வேணுமே எனத் தூக்குவாளி, தலைசீவும் சீப்பு உட்பட ஒவ்வொன்றாய்ப் பட்டியல் போட்டு எடுத்துவைத்துக் கொண்டது.

எதேச்சையாய் அங்குவந்த அப்பாவைப் பயன்படுத்தி ஆஸ்பத்திரி போக வண்டி பிடித்துவரச் சொன்னது. குதிரைவண்டி ஏந்தலாகப் போவதால் அது வேண்டாமென்றும் மாடுபூட்டிய கூட்டுவண்டியாய்ப் பார்த்து அழைத்து வரவேணுமென்றும் விவரம் சொல்லி அனுப்பியது. வேறொரு சமயமாய் இருந்தால் “நாங்க என்னா மெண்டலா, வெவரமில்லாம சட்டய கிழிச்சிட்டுருக்கம்.” எனக் கத்தியிருப்பார். அம்மாச்சியின் நல்லநேரம் அம்மாவுக்காக அப்பா எதும் பேசவில்லை. சிறுபிள்ளையைப் போல வந்த சைக்கிளை அப்படியே திருப்பிக்கொண்டு ஓடினார். அப்பா வண்டியோடு வந்தபோது, பொழுது மேற்குமுகமாக இறங்கத் துவங்கி இருந்தது.

ஆஸ்பத்திரியில் ஓ.பி. சீட்டு வாங்கியதுமே, உடனடியாய்ப் பிரசவ அறைக்குக் கொண்டுபோகச் சொன்னார்கள். அதற்குள்ளாக பெரியமாமா, அம்மாச்சிமார்கள், தாத்தா, அப்பாயி எனச் சேதிகேட்ட சொந்தங்கள் அத்தனை பேரும் ஆஸ்பத்திரிக்கு வந்து குவிந்துவிட்டார்கள். அம்மாச்சியையும் பெரியம்மாச்சியையும் மட்டும் பிரசவ அறைக்குள் அனுமதித்தார்கள். அப்பாயி கோபித்துக்கொண்டு வீட்டுக்குப் போய்விட்டது.

“யேங்...மா... எதும் ஆப்பரேசங் கீப்பரேசன் வராதுல்ல...” பெரியம்மாச்சி டாக்டரம்மாவிடம் மெல்லிய குரலில் கேட்டதும் அம்மாச்சிக்கு ஈரக்குலை அறுந்துபோனது. “தொணைக்குக் கூப்பிட்ட கறுப்பி தொண்டைய அறுத்தாளேக்” எனக் கோபப்பட்ட அம்மாச்சி, ஏக்கா.. என்னாப் பேச்சு பேசற. நானே நடுங்கித் தவிச்சு நமச்சிவாயான்னு ஊர்ப்பட்ட சாமிய கூப்புட்டுக்கிட்டிருக்கே... ரெண்டு நல்ல வார்த்தயாப் பேசுக்கா...”

“நா என்னா சொன்னே... செல்லம்” எனச் சமாளித்தது பெரியம்மாச்சி.

“நீ ஒண்ணுஞ் சொல்ல வேணாம்.”

“அதுக்கெல்லா அவசியமிருக்காதுன்னுதான் நெனைக்கிறேன்.. பாப்பம்..” என்ற டாக்டர், “மாதாவுக்கு கேண்டில் ஏத்துனீங்களா..?” எனக் கேட்டார்.

“கேண்டிலா...”? அம்மாச்சி குழப்பமாய்ப் பார்த்தது.

“மெழுகுவர்த்தி... மெழுகுவர்த்தி. முன்னால இருக்க ஏசு சாமிக்கு ஏத்துனீங்களான்னு டாக்டரம்மா கேக்கறாங்க....” நர்ஸ் விளக்கினார்.

பெரியம்மாச்சியை அங்கேயே நிறுத்திவிட்டு, அம்மாச்சி மட்டும் வெளியில் வந்தது. வெளிவாசலைப் பூட்டி இருந்தார்கள்.

ஆண்கள் அனைவரும் பூட்டிய இரும்புச் சட்டகங்களுக்கு அப்பால் நின்றிருந்தார்கள். அப்பா மட்டும் கதவின் கம்பியை இறுகப் பிடித்தபடி, கண்களை ஆஸ்பத்திரிக்குள் அலையவிட்டுக் கொண்டிருந்தார். மாமாவும் தாத்தாவும் கதவையொட்டிய சுவரில் சாய்ந்து பேசிக்கொண்டிருந்தனர். ஏனையோர் சாலையை வேடிக்கை பார்த்தவண்ணம் காலாறிக்கொண்டிருந்தார்கள்.

அது ஊரின் முக்கியமான சாலை. கூப்பிடு தூரத்தில் தேனி நகரத்தின் வாரச்சந்தை இருந்தது. வியாழனும் ஞாயிறும் சந்தை கூடுகிற கிழமைகள். சுற்று கிராமங்களில் விளைகிற அத்தனை விளைபொருள்களும் விலையாகிற இடம். மனித உயிர்களைத் தவிர சகலமும் இங்கே விற்கலாம் வாங்கலாம். தற்போது இரண்டு பஸ்கள் போகுமளவுக்குச் சாலை அகலப்படுத்தப்பட்டு இருந்தது. பருத்தி, தானியங்கள் அரைக்கும் அரைவைமில்கள் வந்துவிட்டபடியால் வியாபாரிகள் கொள்முதல் செய்த சரக்குகளை அரைவை செய்து எடுத்துப்போகும் கட்டத்துக்கு வந்திருந்தார்கள். அதனால் கடைகளில் கொள்முதல் செய்த சரக்குகளை அரைவை மில்லிற்கு ஏற்றிச்செல்லும் மாட்டுவண்டிகளின் நடமாட்டம் கூடுதலாய்த் தென்பட்டது. தவிர டவுன்பஸ்கள் வேறு புதிதாக வந்து சேர்ந்திருந்தன. பத்துப் பைசாவில் பஸ் ஏறலாம் என்பதால் போக்குவரத்தில் நெரிசல் கூடியிருந்தது.. ஆக, வீட்டைவிட்டு வெளியில் வந்தால் போக்குவரத்தே ஒரு வேடிக்கைப் பொருளாய் மாறியிருந்தபடியால் அந்த ஜோலியில் பெரியப்பா, சித்தப்பாமார்கள் தங்களை நிறுத்தி இருந்தார்கள்.

அம்மாச்சியின் வருகை அத்தனை பேரையும் இரும்புக் கதவருகே கொண்டுவந்து நிறுத்தியது.

வாட்ச்மேன் ஏதோ ஒரு மூலையிலிருந்து ஓடிவந்தார். "கேட் தெறக்கணுமாம்மா.."

பார்வையாளர்கள் நேரம் முடிவடைகிற தருணம் அது. சீக்கிரம் உள்ளே இருப்பவர்களை வெளியில் அனுப்ப வேண்டும். வெளியே போகிறவர்கள் மறுபடி உள்ளே வரமுடியாது.

அம்மாச்சி வாட்ச்மேனிடம் வேணாமெனத் தலையாட்டிவிட்டு, நின்றிருந்தவர்களில் மாமாவைத் தேடியது.

"என்னா வேணும்.." பதறிக்கேட்ட அப்பாவைப் பார்க்கவில்லை.

தாயின் தேடலை உணர்ந்த மாமா, "என்னாம்மா தேடுற இங்கன இருக்கேன்.." என்றபடி கை உயர்த்தித் தன்னிருப்பைத் தெரியப்படுத்தினார்..

"கிட்டத்துல வா.."

அப்பாவினருகில் வந்து நின்றார்.

“மொழுகுவத்தி வாங்கீட்டுவா..” சுருக்குப்பையிலிருந்து காசை அவிழ்த்தது.

“காசெல்லா இருக்கும்மா..”

“புள்ள பொறந்திருச்சா..”

“அவ எப்புடி இருக்கா..”

“சொகப் பிரசவந்தான...”

ஆளுக்கொரு கேள்வியாகக் கேட்டனர். வயிற்றுக்குள் குழந்தை தலைமாறிக் கிடப்பதை. அழாக்குறையாய்ச் சொல்லியது அம்மாச்சி.

“நேரமாகும்கிறாங்க...”

“எத்தன வத்திம்மா..?”

“அட சீவனக் கெடுத்தவனே.. இன்னம் போவலியா.. சாமிக்குப் படைக்கறதில கணக்கு என்னாடா. எத்தினியாச்சும் வாங்கிட்டு வாடா..”

“ஆப்பரேசன் ஏதும் செய்யணுமா..”

“ஆயுதக்கேசா..”

அப்பாவின் கேள்விக்குமட்டும் பதில் சொன்னது. “ஒண்ணுமே புரியலிய்யா..”

“காப்பி சாப்பிடுறீங்களா..”

“அதெல்லா ஒண்ணும் வேணாங்யா..” என்ற அம்மாச்சி, “இந்தப்பய எங்குட்டுப் போனான்..” என மாமாவைத் தேடியது.

“இவ எப்புடி இருக்கா?” மாமா மெழுகுவர்த்தி வாங்கிக்கொண்டு வந்தபோது அப்பா மற்றொரு கேள்வியைக் கேட்டார்.

“மயக்க ஊசி போட்டுருக்காக போல...”

“பக்கத்தில யாரு இருக்கா..”

“பெரியக்காவத்தே விட்டுட்டு வந்திருக்கேன்..” சொல்லிக் கொண்டிருக்கும்போதே பெரியம்மாச்சி பிரசவ வார்டிலிருந்து இறங்கி வந்துகொண்டிருந்தது.

அம்மாச்சிக்குப் பற்றிக்கொண்டுவந்தது. “என்னாக்கா..நிய்யும் வந்திட்ட..” கொதிப்பும் கொந்தளிப்புமாய்க் கேட்டது.

“ஒண்ணுமில்ல. இன்னம் அப்புடியேதான் அனத்திக்கிட்டு இருக்கா.”.

“ஒன்னிய நம்பி விட்டுட்டு வந்தேம் பாரு..” சபித்துக்கொண்டே. மாமாவிடமிருந்து மெழுகுவர்த்தியை வாங்கிக்கொண்டு வேகமாய் உள்ளே போனது அம்மாச்சி.

•

“தாயே பராசக்தி. துரோபதையே பாஞ்சாலி, சீலக்காரி ஓம்பிள்ள. ஓங்கொழுந்து.... ஓ எடத்துல சேத்திருக்கேன். ஓங்களத்தான் மலபோல நம்பிக்கிட்டிருக்கேன்.. ஆயிரங்கண்ணுல ஒருகண் பாராத்தா..”

பிரசவ வார்டுக்குப் போகிற வழியில், குழந்தை யேசுவைக் கையில் ஏந்தியிருக்கும் – மாதாவின் சிலைக்கு மெழுகுவர்த்தி ஏற்றிவைத்துக் கும்பிட்ட அம்மாச்சி, மெழுகுவர்த்திச் சுடரின் வெம்மையை உள்ளங்கைகளில் வாங்கிக் கண்களில் ஒற்றிக்கொண்டு வார்டுக்குள் நுழைந்தது.

வெளியில் அப்பா, மாமாவைக் கடித்துக்கொண்டிருந்தார். “ஒங்க ஆயாவுக்குத் தொணைக்கி ஆரக் கூப்புட்டு வச்சுக்கணும்னு தெரிய வேணாமா.”

“இன்னைக்கித்தான அதப் பாக்கறீங்க. சும்மாவே எங்க பெரியாத்தா தொடநடுங்கி... இதுல ஒத்தைல வேற விட்டுட்டு வந்தா? இப்பிடித்தே வரும். அது தெரிஞ்சதுதான....” மாமா தனது பெரியாத்தாளுக்கு ஆதரவாகப் பேசினார்.

“ஆ.. மா, அதுவும் பாவம்..! நேத்துப்பொறந்து இன்னிக்கி கண்ணுமுழிச்ச பச்சமண்ணு, நிய்யும் சப்போட் பண்றபாரு. இதுவே அவுக மகளா இருந்தா இப்பிடி விட்டுட்டு வந்திருப்பாகளா?“

ராத்திரிக்கி யாருக்கும் சாப்பாடு தேவைப்படவில்லை. மாமா பலமுறை அப்பாவை வற்புறுத்தி அழைத்தார். “பசி இல்ல மாப்ள” என மறுத்தார். தாத்தாவுக்குத் தெரிந்தவர்கள், அப்பாவுடன் வேலைசெய்யும் ஒன்றிரண்டு பேர், எனப் பலர் வந்துவந்து போனார்கள். அவர்களுக்கும் மாமாதான் டீ காப்பி வாங்கித்தந்து கொண்டிருந்தார்.

இரவு பத்துமணியாகியும் பிரசவ அறையிலிருந்து தகவலேதும் வரவில்லை. இடையில் இன்னொரு பிரசவகேஸ் வர வாட்ச்மேன் கதவு திறந்துவிட்டார். அந்த இடைவெளியைப் பயன்படுத்தி உள்ளே போய்வர அனுமதிக்க வேண்டி தாத்தா வாட்ச்மேனுக்கு அஞ்சு ரூபாய் லஞ்சம் கொடுத்தார். "யாராச்சும் ஒராள் உள்ளபோனதும் வந்திர்றம்..சித்த எரக்கம் பாரு" என்றார்.

"இதுக்கெல்லா இங்க வழியில்ல பெரியவரே! என்னக் கோச்சுக்கிட்டாலும் பரவால்ல. காலம்பறதே போக முடியும்." நிர்தாட்சண்யமாய் மறுத்தார்.

அம்மாவுக்கு நினைவு திரும்பியபோது குழந்தையின் தலை லேசாகத் திரும்பிக் கொண்டிருப்பதாக டாக்டரம்மா சொன்னார்கள். அரைமணி நேரத்தில் குழந்தை வெளியில் வந்துவிடுமென்றும் நம்பிக்கை தெரிவித்தார். நர்சுகள் அம்மாவின் வயிற்றை மெதுவாக அழுத்தி குழந்தை நேர்திரும்ப வழிஏற்பாடு செய்தனர். வயிற்றில் கை படும்போதெல்லாம் அம்மா, "வேண்டாம்மா.." என முனங்கியது.

"ஒண்ணுமில்லம்மா... இந்தா இன்னம் பத்து நிமிசத்தில அழகான கொழந்த உன்னிய அம்மான்னு எறங்கிவந்து கூப்பிடப்போவுது பாருமே.." டாக்டரம்மா அம்மாவின் முகத்துக்கு நேராய் நின்று மெல்லிய குரலில் சொன்னார்.

"வலிக்கிது டாக்டர்.. ரெம்ப வலிக்கிது... அய்யோ அம்மா"

"அய்யோன்னு சொல்லக்குடாதும்மா... கொழந்த பூமிக்கு வாரப்ப நல்ல வார்த்தையக் கேக்கணும். சேசுவேன்னு பிரார்த்தன பண்ணு, கர்த்தரேன்னு கண்ணமூடிக் கூப்பிடு"

அதன்பிறகு அம்மா அய்யோவைக் கைவிட்டது. "கடவுளே... வலிக்குதே, யம்மா.. யம்மா.." அருகிலிருந்த அம்மாச்சியை அழைக்கலானது "யம்மா, வேண்டான்னு சொல்லும்மா. வலிக்குதும்மா.. வலிக்குது. யய்யா. யாத்தா." அலறத் துவங்கியது. அம்மாச்சியோ அம்மாவைக் காணச்சகிக்க முடியாமல் கண்களை மூடிக்கொண்டு வானத்திலிருக்கும் பரதேவதைகளைக் கைக்கூப்பி உதவிக்குக் கூப்பிடத் துவங்கியது. முப்பத்து முக்கோடி தேவர்களும் வந்து நின்று தன்மகளுக்குப் பலம் தந்து உதவ வேண்டும் எனப் பிரார்த்தித்தது

“சேசுவே. முத்தாலி ராவுத்தா, ஈஸ்வரா… சீலக்காரி!”

“பாப்பா.. உங்குழந்தப்பிள்ள வெளிய வரத்துவங்கீருச்சு. வசதியா கொஞ்சம் முக்கும்மா..ப்ளீஸ்..” டாக்டரம்மா, அம்மாவினது கால்களின் பக்கம் நின்றுகொண்டு குரல் கொடுத்தார்.

“முக்கு..முக்குமா..” நர்சுகளும் ஆளுக்காள் வற்புறுத்தினார்கள். அடுத்தபடியாக நர்சுகள் அம்மாவின் வயிற்றைத் தொட்டு அழுத்தம் கொடுத்தனர். அவர்கள் அமுக்க அமுக்க அம்மாவின் அலறல் சத்தம் உயர்ந்துகொண்டே போனது. இடைஇடையே தானாக முக்கி குழந்தையை உந்தித் தள்ளவும் முயற்சித்தது.. ஒருகட்டத்தில் “அய்யோ என்னிய விட்ருங்களேன்..” எனப் பதறியது.

“யே சும்மா பெனாத்தாதம்மா. விட்டுட்டா.., இப்பிடியே எந்திரிச்சு ஓடிப்போயிருவியா.. அடங்கு…” எரிச்சலடைந்த ஒரு நர்ஸ் அம்மாவை அதட்டினார்.

டாக்டரம்மா நீர்க்குடம் உடைத்தார். தலைக்குப் பதிலாகக் கால்கள் வெளியில் வந்தன. “ஸ்சொ” என அலுத்துக்கொண்ட டாக்டர். வெளியில் வந்த கால்களைப் பதனமாய்ப் பற்றி மெல் ல் ல் ல.. அசைத்து அசைத்து வெளியில் வாங்கினார். தொடை, இடுப்பு, மார்பு வரை பிரச்சனை இல்லாமல் வெளிவந்த குழந்தை அதற்குமேல் தேங்கியது. கைகளும் தலையும் வராமல் கழுத்தில் வந்து நின்று கொண்டது.

பெரியம்மாச்சியால் அதற்குமேல் அங்கே நிற்க முடியவில்லை. “ஒண்ணுக்குப் போய்ட்டு வரேன்” அம்மாச்சியிடம் சைகை காட்டிவிட்டு வெளியே வாசலுக்கு வந்தது..

“டாக்டர் என்ன சொல்றாங்க..”

டாக்டருக்குத்தான் சொல்ல நேரமே இல்லியே, அதனால் பெரியம்மாச்சியே தானாய்ச் சொன்னது. “என்னத்தச் சொல்றாங்க. என்னாதேஞ் சொன்னாலும் இப்பத்தக்கிச் சிக்கலுதே.. தல முந்தி கெடச்சிருந்தா இந்நேரம் ஒம்பாடு எம்பாடுன்னு தாயும் புள்ளயும் மடி மாத்திக்கிட்டிருப்பாங்க.. தல வராம கழுத்தில நிண்டுக் கிட்டு சமத்துப் பண்ணுது. ஆண்டவெ என்ன நெனைக்கிறானோ..” சொந்தச் சரக்கையும் சேர்த்துச் சொல்ல அப்பாவின் முகம் இருண்டு போனது

“அவ எப்பிடி இருக்கா?”

“இருக்கா...” ஈரெட்டியாய்ப் பேசிய பெரியம்மாச்சி, “இந்த நாசமாப் போன கடவுளுக்குப் பொட்டபுள்ளைக மேல என்னாதே கடுப்போ. இருக்கவச்சும் கெடுக்கிறான் பொறக்கவச்சும் கொல்லுறான். இதுக்குப் பேசாம பொம்பள செம்மத்தையே படச்சிருக்கப் படாதுய்யா. வாத, வாத..”

பெரியம்மாச்சிக்கு, மாமா வட்டகப்பில் காப்பி வாங்கிவந்து கொடுத்தார். “வேணா வேணா..” எனச் சொல்லியபடியே இரும்புக் கதவுக்கடியில் உட்கார்ந்துகொண்டு ஊதிஊதிக் குடித்தது.

சற்று நேர்த்தில் அம்மாச்சி உள்ளிருந்து ஓடிவந்தது டபராசெட்டை மடியில் வைத்துக் காப்பி குடித்துக்கொண்டிருந்த பெரியம்மாச்சியின் அழகைப் பார்த்ததும். அது சாமியாடிவிட்டது. “கொஞ்சமாச்சும் ஈரமிருக்கா ஒனக்கு. நிய்யும் நாலுபுள்ளய பெத்துதான இருக்க... அங்கன ஒருத்தி இத்துப் புத்தாகி தவுடாகிக் கெடக்கா. நீ பகுமானமா அட்டணக்கால் போட்டு ஒக்காந்துகிட்டு காப்பியக் குடிசுக்கிருக்கயே. என்னா செம்மமோ.. போ.”

“ஒண்ணுக்கு வந்தன் டீ ஒங்கிட்ட சொல்லிட்டுதான வந்தே.. வாணா வாணாங்க தம்பிதே வாங்கிக் குடுத்துச்சு.” டபரா செட்டை மறைக்கப் பிரயத்தனப்பட்டது.

“புள்ள பொறந்துருச்சா?”

“இன்னம் இல்லிங்யா. எங்குட்டாப்பட்ட சனியனோ சுள்ளுன்னு வந்து விழாம, கழுத்தில வந்து நிண்டுகிட்டு உசிர வாங்குது. இப்பிடியே ரெம்பநேரம் வக்கெ முடியாது. பெரிய உசிருக்கு பழுதாகிரும்ங்கிறாங்க..” அம்மாச்சியின் குரலில் அழுகை ஏறி இருந்தது.

“அப்பறம் நீங்க என்னா சொன்னீங்க?”

“நா என்னத்தச் சொல்ல என்ன செஞ்சாலும் சரின்னுட்டேன்.”

“என்ன செஞ்சாலும் சரின்னா அவுகபாட்டுக்கு வகுத்தக் கிழிச்சு எடுத்துறப்போறாக..” ஆப்பரேசன் என்றால் நிறைய செலவாகுமே என்கிற கவலை பெரியமாமாவுக்கு.

“உள்ள வரலாமா..” அப்பா துடித்தார்.

“ராத்திரி நேரத்தில பொம்பளைகளவே ஒராளத்தான் இருக்க விடுவாங்க. இப்ப டெலிவரிங்கறதால ரெண்டுபேர் இருக்கம். சரி நா வாரே நிக்கெப் பொழுதில்ல.”

ஓடிக்கொண்டிருந்த அம்மாச்சியிடம் “சின்ன உசிரவிட பெரியது முக்கியம்னு சொல்லுங்க..” என்றார் அப்பா.

அம்மாச்சி உள்ளேபோன பத்துநிமிசத்தில் அப்பாவுக்கும் வாட்ச்மேனுக்கும் சண்டை வந்துவிட்டது. எத்தனை கெஞ்சியும் அப்பாவை உள்ளே அனுமதிக்க மறுத்தார் வாட்ச்மேன்.

“எம்புட்டு ரூவா வேணுமானாலும் வாங்கிக்கயா.. உள்ள போனதும் வந்திர்ரேன்...” அப்பா கையெடுத்துக் கும்பிட்டார்.

உள்ளேபோகிற யாரும் அவ்வளவு சீக்கிரத்தில் வெளியில் வரமாட்டார்கள்.. அவர்களைத் தேடிப்பிடித்துக் கையைப்பிடித்து இழுத்து வரவும் முடியாது. ரூலைக் கடைப்பிடிக்காத குற்றத்திற்காக மேனேஜ்மெண்டிடம் தான் போய்க் கைகக்ட்டி நிற்க வேண்டும். அதனால் பார்வையாளர்கள் எவ்வளவு பேசினாலும் காதில் விழாதமாதிரி நடந்து கொள்வது வாட்ச்மேன்களின் வழக்கம். அதுபோலவே இப்போதும் அப்பாவின் சத்தத்திற்குப் பதிலேதும் கூறாமல் ரவுண்டுக்குப் புறப்பட்டார்.

அப்பா வெறிகொண்டவரைப்போல இரும்புக்கதவைப் பிடித்து ஆட்டினார். அதற்கேற்றாற் போலப் பிரசவ வார்டிலிருந்து அம்மாவின் அலறல் சத்தம் வாசலுக்கு எட்ட, அப்பா இன்னமும் உக்கிரமானார். “மரியாதயா தொறக்கறயா, இல்லியாடா..” உன்மத்தம் பிடித்துக் கத்தினார்.

தாத்தா, மாமா எல்லோரும் வந்து அப்பாவைச் சமாதானப் படுத்தலானார்கள்.

“ஒனக்குத் தொறந்துவிட்டா எனக்கு வேல போயிரும்யா..”

“வேல என்னா, மசுரு வேல!.” சொல்லிக்கொண்டே கதவைக் காலால் எட்டி உதைத்தார். பலம்கொண்ட மட்டும் கைகளால் இழுத்து ஆட்டினார், அறைந்தார். அப்பாவின் கைக்கடிகாரம் சங்கிலியோடு அறுந்து இருட்டில் தூரமாய் எங்கோ போய் விழுந்தது.

"மேல ஏறிக் குதிச்சுருவேன்.." விழிகளை உருட்டிச் சொல்லிக் கொண்டிருந்தபோது, பெரியம்மாச்சி குடுகுடுவென ஓடிவந்தது.

"பொம்பளப்பிள்ள பொறந்திருக்கு.. வாச்சி வாச்சியான கையுங் காலுமா.." மூச்சுவாங்கச் சொன்னது.

அம்மாச்சி இவளைப் பிரசவ வார்டுக்கு வெளியில் எடுத்து வந்தது.

"சேனை தொட்டு வச்சிட்டு வந்திடுங்க.." வாட்ச்மேன் சாந்தமாய்க் கதவு திறந்துவிட்டார்.

தாத்தா சீனிப்பால் தொட்டு முதல் சேனை வைத்தார். பெரியமாமா ரெண்டாவது, அப்பா மூணாவதாய் வைத்தார்.

"சிறுக்கி மகளே. கண்டத்திலிருந்து தப்பிச்சிட்டாளே!" என்று சொல்லியபடி அம்மாச்சி இவளது கன்னத்தில் முத்தமிட்டது.

அலை 2

"வீட்ல படிக்கிற வயசில புள்ளைங்க இருக்குங்களா?"

பட்டாளத்துக்கு ஆள்பிடிக்கிற மாதிரி தங்கள் பள்ளிக்கூடத்தில் படிப்பிக்கப் பிள்ளைகளைத் தேடி வீதிவீதியாய் அலைந்தார்கள் டீச்சர்மார்கள்.

பள்ளிக்கூடம் துவங்குகிற கிழமைக்கு முன்பிருந்தே இந்த வேட்டையை ஆரம்பித்துவிடுவார்கள். முழுப்பரீட்சை லீவை நிம்மதியாய் எந்த டீச்சரும் அனுபவிக்க மாட்டார்கள். லீவுக்கு எங்காவது விருந்தாடிப் போனால்கூட இதே நினைப்பாகத்தான் இருக்கும். தெருவில் ஏதாவது ஒருபிள்ளையைப் பார்த்து அவர்கள் பெற்றோரிடம் பேசிவைத்து வந்திருப்பார்கள். அந்தப் பிள்ளையை வேறெதாவது ஸ்கூல் டீச்சர்கள் வந்து கொத்திக்கொண்டு போய்விடக்கூடாது என்ற தவிப்புடன் இருப்பார்கள்.

அந்தவகையில் வாத்தியார்கள் பாடு அவ்வளவு மோசம் இல்லை. வாரத்தில் ஒருநாளோ அல்லது நினைத்த எண்ணிக்கையில் பிள்ளைகள் வரவில்லை என்றாலோதான் பள்ளியைவிட்டு வீதிக்கு வருவார்கள். அதிலும் மேனேஜ்மெண்டு பள்ளியில்தான் இந்த நடைமுறை. அப்படியும்கூட நாலைந்து டீச்சர் குழுவாகப்

போகும்போது அந்தக் குழுவுக்குத் தலைமை தாங்குவதுபோலவோ அல்லது மேற்பார்வை செய்வதுபோல வருவார்கள். மற்ற பேச்சு நிலவரமெல்லாம் பெண் டீச்சர்கள்தான் செய்வார்கள்.

அவர்கள்தான் கூச்சமில்லாமல் வீடுகளுக்குள் நுழைவார்களாம். வாத்தியார் மட்டுமல்லாது ஹெட்மாஸ்டர் மேனேஜர் எல்லோரது கருத்தும் அதுவாகவே இருந்தது. அந்தக் கருத்தை டீச்சர்மார்களும் பெருமிதமாய் ஏற்றுக்கொண்டார்கள்.

“நாங்க பத்மநாபன் ஆரம்பப் பள்ளியிலிருந்து வர்ரம். நம்ம ஸ்கூல்தான் அல்லிநகரத்திலயே பெரியஸ்கூல். ஒங்களுக்குத் தெரியும், ஊருக்கு மேற்க இருக்க பெருமாள் கோயிலுக்குப் பக்கத்திலதே ஸ்கூலு. பிள்ளைகளுக்கு வந்து போக, வீட்டுக்குப் பக்கம். அஞ்சாப்பு வரைக்கும் அழகாப் படிக்கலாம். அதுக்குமேல படிக்கவும் ஹெட்மாஸ்டர் ஏற்பாடு செஞ்சு தருவாரு. பெரிய பத்து முடிச்சிட்டா..ஏதாச்சும் பரிச்ச எழுதவச்சு டீச்சராவோ வாத்தியாராவோ, ஏன், பெரிய ஆபீசராவோகூட கவர்ன்மெண்டு வேலைக்கு வரலாம். காத்தாடிக்குக் கீழ உக்காந்து கைந்நிறைய சம்பளம் வாங்கலாம்...”

வீட்டுக்கு வந்திருந்த ருக்மணி டீச்சரும் பாலம்மா டீச்சரும் அம்மாவிடம் வாய்கொள்ளாமல் அளந்துவிட்டனர். வாத்திமார் யாரும் வரவில்லை.

“சந்திரெ சொல்லிவிட்ட பொண்ணு, இதானா?” என இவளைப் பார்த்துக் கேட்டபடி, அம்மாவினருகில் வந்து உட்கார்ந்தார் ருக்மணி டீச்சர். பாலம்மா டீச்சரோ வாசலுக்கு முன்புறம் நிறுத்தியிருந்த குத்து உரலில் தூசியை ஊதிவிட்டு உட்கார்ந்துகொண்டார்.

மாலைச்சூரியன் மயங்கிய பொழுதாயிருந்தது. பள்ளிக்கூடம் முடித்து வந்திருப்பார்கள் போலிருக்கிறது. சிலவேளைகளில் பகல்நேரத்தில் ஊருக்குள் நுழைவார்கள். தெருவில் விளையாடிக் கொண்டிருக்கும் பிள்ளைகளைத் துணைக்கு வைத்துக்கொண்டு வீடுவீடாய் ஏறி இறங்குவார்கள். தம்மைக்கண்டு பிள்ளைகள் பயந்து ஓடிவிடாதிருக்கக் கைந்நிறைய மிட்டாய்களுடன் வருவார்கள். ஒருவீட்டைக் காண்பித்துக் கொடுக்கும் பிள்ளைக்கு ஒருமிட்டாய். அந்த வீட்டில் ஸ்கூலில் சேர்க்கத் தகுதியான பிள்ளைகள் யாராவது

ம. காமுத்துரை | 27

இருக்கவேண்டும். அதிலும் பழைய மாணவர்களோ அல்லது தற்சமயம் படித்துக்கொண்டிருப்பவர்களோ அகப்பட்டுவிட்டால் ஆசிரியர்களுக்கு ராஜமரியாதைதான். ஜனாதிபதி, பிரதம மந்திரி, முதலமைச்சர் இவர்களுக்கு அமைந்த பூனைப்படை புலிப்படை பாதுகாப்பெல்லாம் இவர்கள்முன் தோற்றுவிடும் அத்தனை தடபுடல் ஆரவாரமாக இருக்கும். சிலசமயம் தொந்தரவாக அமைவதும் உண்டு. ஆனால் உடன்வருகிற அத்தனை குழந்தைகளுக்கும் மிட்டாய் உறுதி.

"சந்திரன தெரியுமா?" அம்மா ஆவலுடன் கேட்டது...

பட்டாளத்துக்குப் போகிறவரைக்கும் சின்னமாமன் இவர்கள் வீட்டில்தான் கிடையாய்க் கிடந்தது. ஆள், பார்க்க ஒல்லியாய் உயரமாய் இருக்கும். முகத்தில் பல்மட்டும் துருத்திக்கொண்டு 'வாங்குபல்'லாய்த் தெரியும். ஆறாம் வகுப்புப் படித்து முடித்திருந்தது. அதற்குமேல் ஏனோ போகவில்லை. ஆனாலும் பள்ளிக்கூடத்தில் இருக்கிற வாத்திமார் நிறையப் பேருடன் நல்லபழக்கம் வைத்திருந்தது.

"வீட்ல, இதோட அட்டூழியம் தாங்க முடீலடா சந்திரா.. எதாச்சும் ஒரு பள்ளிக்கூடத்தில சொல்லி நகட்டி விடுறதான.." என்று அப்பா சின்னமாமனிடம் சொல்லி இருந்தார். அப்படிச் சொல்லி இரண்டு தினம் கழியவில்லை. டீச்சர்கள் இருவரும் டாண் என வந்து உட்கார்ந்துவிட்டார்கள்.

"ஓ.... அடிக்கடி நம்ம ஸ்கூலுக்கு வருவாரு. நம்ம ஹெச்செம் சாருகூட டீப்பான பழக்கமில்லியா.. ஹெச்செம் சார் சொல்லி விட்டுத்தான வர்ரம். என்னங்க டீச்சர்?" பாலம்மா மடமடவென இடைவெளியின்றிப் பேசினார்.

அவர்கள் வந்தநேரம் அம்மா, இவளுக்கு தலைசீவி விட்டுக் கொண்டிருந்தது. சடையில் வைத்து முடியவேண்டிய ரிப்பனை, உதட்டில் கவ்விக்கொண்டு இடையிடையே தெரித்த பேன்களைக் குத்தியபடி டீச்சர்களுடன் அளவளாவியது.

"இந்தச் சின்னவயசிலேயே இம்பிட்டுமுடி.. எத்தன அடர்த்தியா இருக்கு.. இல்லியா டீச்சர்?" ருக்மணி டீச்சர் இவளது கூந்தலின் பெருமையை வியந்து சொன்னார். அதிலே அம்மாவுக்கு

உள்ளம் குளிர்ந்தது. "இது எங்க வமுசத்து வளப்பம் டீச்சர். எனக்குமே, கல்யாணத்தப்ப குண்டி வரைக்கும் கூந்தல் தொங்கும். கல்யாணத்தன்னைக்கி சட சிங்காரம் செய்யவந்த பூக்காரப் பொம்பள, எனக்குத் திட்டி சுத்திப் போட்டுச்சுன்னா பாருங்களேன்...! ஏன் இப்ப எங்க ஆயாவப் பாருங்க. இம்புட்டு வயசுலயும் அள்ளிச்சுருட்டிக் கொண்ட போட்டுச்சுன்னா பஞ்சாரக் கூடயப்போல பொஸ்சுன்னு தொங்கும்." என வாய்விரியப் பேசிய அம்மா, சட்டெனச் சுதாரித்து, "சித்த இருங்க டீச்சர். இவளுக்கு ஒரு பின்னலப் போட்டுட்டு வந்திர்ரேன்." உதட்டிலிருந்த ரிப்பனைக் கீழேவைத்துவிட்டு, பெரிய பல் சீப்பை எடுத்து இவளது தலைமுடிக்குள் நுழைத்து அவசர அவசரமாக வார் வாரென இழுத்து இழுத்துச் சீவியது.

"அம்மா வலிக்கிதும்மா.." இவள் பிடரியைப் பிடித்துக்கொண்டு சிணுங்கினாள்.

"ஆமா, தொடும்போதே ஒனக்கு வலிச்சிரும். டீச்சர்மாருக வந்திருக்காக, அவகளுக்கு ஒரு காப்பித்தண்ணி கீப்பித்தண்ணி வச்சுக்குடுக்க வேணாம்?." இவளைச் சமாதானப்படுத்திக் கொண்டிருக்கும்போதே மூணாவது தங்கச்சி தவழ்ந்து வந்து அம்மாவின் முதுகைப் பிடித்து எழுந்து நின்றது. டீச்சர்களை மாறிமாறிப் பார்த்தபடி நகர்ந்து நகர்ந்து அம்மாவின் மடியில் சொத்தென விழுந்தது. அப்படியே கைஉயர்த்தி அம்மாவின் மாராப்புச் சேலையினை விலக்கிக்கொண்டு சிணுங்கியது.

அதனைக் கவனித்த ருக்மணி டீச்சர், "போற எடத்தில பூராம் காப்பியாக் குடிச்சுக்குடிச்சு வகுறு என்னமோ மாதிரி இருக்கு. சரியா சோறே சாப்புட ஒப்ப மாட்டேங்கிது," என்றவர், "அந்தச் சீப்ப எங்கிட்டக் குடுங்க.. நீங்க கைப்பிள்ளைய அமத்துங்க. இவள நாம் பாத்துக்கிறேன்.. இவளுக்கு இருக்க முடிக்கு ரெட்டச் சடை போட்டம்னா அத்தன அம்சமா இருக்கும் பாருங்களேன்.." சீப்பை வாங்கி மளமளவெனச் சீவி, ரிப்பனை முடித்துத் தொங்கவிட்டார். அது முன்னும் பின்னுமாய் மாறிமாறிப் புரண்டு யானையின் காதுகளைப்போல ஆடிக்கொண்டிருந்தது. அந்தக் கணத்திலேயே இவளுக்கு ருக்மணி டீச்சரைப் பிடித்துப் போயிற்று.

"நாளைக்கு ஸ்கூலுக்கு வந்திரு தங்கம்..." டீச்சர் இருவரும் இவளை முத்தமிட்டுக் கொஞ்சினார்கள்..

“வார பொரட்டாசி வந்தாத்தே அஞ்சு வயசு நெறையும்! அதுங்குள்ள சேக்கலாங்களா…?” அம்மா இவளது வயதுக் கணக்கை இம்மி பிசகாது ஒப்பித்தது.

“பரவால்ல, அத நாங்க அட்ஜஸ் பண்ணிக்கிறம்..” பாலம்மா டீச்சர் பதில் சொன்னார்கள்.

பின்னும் சிலநேரம் அம்மாவுடன் பேசிக்கொண்டிருந்து விட்டு நோட்டில் பெயர், விலாசம் குறித்துக்கொண்டு விடைபெற்றுச் சென்றார்கள்.

அன்று இரவு வீட்டுக்குக் கேப்பக்கழி தின்னவந்த சின்னமாமனிடம், “ஏண்டா சந்திரா., பள்ளியொடத்தில புள்ளியளச் சேக்கணும்னா வாத்திச்சிக வீட்டுவேலையெல்லாங்கூட செஞ்சு குடுத்துப் போவாங்க போல..” என்று, டீச்சர் இவளுக்கு ரெட்டைச்சடை பின்னிவிட்ட கதையைச் சொன்னது.

“ய்க்கோவ், அது மேனேஜ்மெண்டு ஸ்கூலு இல்லியா, வகுப்புக்கு இத்தன பிள்ளைக சேக்கணும்னு கணக்கு இருக்கு. அப்பிடி இல்லைன்னா மேனேஜர் கண்ண நோண்டிப்புடுவாரு.” அத்தனையும் தெரிந்ததைப்போல அவ்வப்போது அள்ளிவிடுவது சின்னமாமனது சுபாவம். அம்மாவும் சமயத்தில் ஆவென வாய்பிளந்து கேட்டுக்கொள்ளும்.

“இதென்னாக்கா பிரமாதம்? சர்க்காரு வேல பாக்குறவங்க எல்லாரையும் இப்ப குடும்பக் கட்டுப்பாட்டுக்கு ஆள் கொண்டுவரச் சொல்றாகளாம் அது தெரியுமா ஒனக்கு..” என்று மேலும் விளக்கம் சொன்னதும் அம்மா கையிலிருந்த அகப்பையால் அவரை ஒரு போடு போட்டது

“போடா நாய்! யார்கிட்ட என்னா பேசணும்னு அறிஞ்சு பேசுடா கோமாளி!”.

•

சின்னமாமன் பட்டாளத்தில் சேர்ந்த மறுதினம் இவள், பள்ளியில் சேர்ப்பிக்கப்பட்டாள். ஹெட்மாஸ்டரிடம் பெயர், முகவரி, உத்தியோகம் எல்லாம் சரியாகச் சொன்ன அப்பாவுக்கு, இவளது பிறந்த தேதியைச் சரியாகச் சொல்லத் தெரியவில்லை. “அதெல்லா

யார் சார் நெனப்புல வச்சிருக்காங்க. வீட்ல கேட்டா, நாழிகை, நுமுசம் வரைக்கும் சொல்லுவா. விசாரிச்சிட்டு வரட்டுமா" எனக் கிளம்பியவரிடம் 'தேவையில்லை' எனக் கூறி விட்டு, அவராகவே ஒரு தேதியினைக் குறித்துக்கொண்டார்.

இவளது வலதுகையைப் பின்பக்கமாய்ச் சுற்றி இடதுகாதைத் தொடச்சொன்னார். தொட்டுவிட்டாள். தொட்டாள். அவ்வளவுதான் சேர்க்கை முடிந்தது

சேர்க்கை முடிந்ததும் ஒன்றாம் வகுப்பு 'ஆ' பிரிவுக்கு அனுப்பப்பட்டாள். மணியடிக்கும் குருசாமி தாத்தாதான் இவளது கையைப்பிடித்து அழைத்துச் சென்றார். அப்பா ஆபீஸ் அறையிலேயே நின்று கொண்டார். "போ. தாத்தாகூடப் போ படிச்சிட்டு மத்தியானத்துக்குச் சாப்புட விடுவாங்க, வீட்டுக்கு வா. நிய்யா வந்துருவீல்ல... அம்மாவ வரச்சொல்லவா" அப்பாவின் அந்தக் கேள்விக்கு இவளால் பதில் சொல்ல முடியவில்லை. ஏதோ ஒரு தெரியாத இடத்தில் தன்னை விட்டுச்செல்வதான துக்க உணர்வு வந்தது. கண்ணில் நீர் கோர்த்து உதடு நெளிய ஆரம்பித்த வேளையில் குருசாமி தாத்தா "அப்பாவுக்கு டாட்டா சொல்லிட்டு வா, நாம புது வோப்புக்குப் போவலாம்" எனக் குழந்தையைப் போல இவளுக்குச் சமதையான உயரத்தில் மண்டியிட்டுக்கொண்டு பேசினார். அவரைக் குறுகுறுவெனப் பார்த்ததில் திரையிட்ட கண்ணீர் ஒன்றுதிரண்டு ஒரேசொட்டாய்க் கீழே சிந்தியது. உடனே சற்றும் தாமதியாமல் அங்கிருந்து அழைத்துப் போனார் குருசாமி தாத்தா. இவள் அப்பாவுக்கு டாட்டா காட்டியபடியே வகுப்புக்குள் நுழைந்தாள்.

அது பாலம்மா டீச்சர் வகுப்பு. இவளைக் கண்டதும் பாலம்மா டீச்சர் எழுந்துவந்து குருசாமி தாத்தாவிடமிருந்து இவளை வாங்கிக்கொண்டார். "உள்ள வா..." இவள் டீச்சரின் பிடியிலிருந்து கையை உதறி விடுவித்துக்கொண்டாள்.

குருசாமி தாத்தா இவளது முதுகினை ஆதுரமாக அணைத்துப் பிடித்தபடி "போம்மா டீச்சர் முட்டாய் வச்சிருக்காங்க. தருவாங்க" என்றார்.

"ம். மிட்டாய் வேணுமா.. வந்து உட்கார். டீச்சர் தரேன்..."

பின்னும் எனோ தயங்கி வகுப்பிற்குள் போகாமல் தத்தளித்தாள். “நீங்க போங்க குருசாமி. இவள நான் பாத்துக்கறேன்.” என்றார் டீச்சர். ஆனாலும் அவர் போகவில்லை. சிரித்தபடியே இவள் பக்கமாகவே நின்றார். “பயக்குது...!”

குருசாமி தாத்தாவுக்குக் குழந்தைகள் அழுதால் பிடிக்காது. அழுகிற, அடம்பிடிக்கிற பிள்ளைகளை ஏதாவது கோமாளித்தனமாக சேஷ்டைகள் செய்து சிரிக்க வைத்துவிடுவார். சில பிள்ளைகள் அவரது அந்தத் தயாள குணத்தைத் தங்களுக்குச் சாதகமாகக் கொண்டு அவரை அடிப்பார்கள். கிள்ளுவார்கள். அதைக்கூட அவர் கோமாளியைப் போலப் பாவனை செய்து வலியினைப் பொருட்படுத்தாமல் சிரிப்பார். சிணுங்குவார் ஆனால் எந்தக் காரணம் கொண்டும் யாரையும் திட்டமாட்டார். அடிக்கமாட்டார்; அடிப்பதுபோலக் கையைக்கூட ஓங்கமாடார்.. அதனாலேயே பிள்ளைகளுக்குக் குருசாமி தாத்தா என்றால் கொள்ளைப் பிரியம்.

“உள்ளவா... பிள்ள!” அதட்டும் குரலில் பேச்சைத் துவக்கிய டீச்சர் குருசாமி தாத்தா இருந்ததாலோ என்னவோ, “அன்னைக்கு நான் உங்க வீட்டுக்கு வந்தேன்ல..” எனத் தொனி மாற்றிப் பேசினார்.

ஒரு தயக்கதின் பிறகு இவள் ஆமெனத் தலையசைத்தாள். உடனே குருசாமி தாத்தா இவளது உயரத்திற்கு மண்டிகால் போட்டு உட்கார்ந்துகொண்டார்.

“டீச்சர் உங்க வீட்டுக்கு வந்தாங்களா?” இவளது தோள்களைப் பிடித்தபடி கண்ணோடு கண்வைத்துக் கேட்டார். இவள் குருசாமி தாத்தாவின் அந்தக் கேள்விக்கு பதிலளிக்காமல் அவரது முகத்தையே உற்றுப் பார்த்துக்கொண்டிருந்தாள். ”எங்க வீட்டுக்கெல்லாம் டீச்சர் வரவே இல்ல..” எனக் கைகளைவிரித்து ஆட்டி உதட்டைப் பிதுக்கியபடி மேலும் பேச்சை வளர்த்தார்.

“இந்தப் பிள்ளைக்கு ஜடையெல்லாம் போட்டுவிட்டேன்... ஆமாதான...?” டீச்சர் மெதுவாகத் தனது இருப்பிடத்திலிருந்து நகர்ந்து இவளை நோக்கிக் கையை நீட்டினார். அந்த நேரம் ருக்மணி டீச்சர் அந்த வகுப்பைக் கடந்து போனார். இவள் நிற்பதைக் கண்டதும், ”யே குட்டி ..” என அருகில் வந்தார்.” எப்ப வந்த? எந்த வகுப்பு...” விசாரிக்கலானார்.

ருக்மணி டீச்சரைக் கண்டதும் சற்று விலகி நின்ற குருசாமி தாத்தா, பூராவும் விளக்கிச் சொன்னார். "ரைட், டீச்சர் வகுப்பில ஒக்காந்துக்க. நல்லா படிக்கணும். படிச்சு என்னாவாகணும்...?"

அவருக்கு இவள் பதில் சொல்லவில்லை. மௌனமாகவே நின்றிருந்தாள்.

"ஒங்கள மாதரி பெரிய டீச்சரா வரும்... இல்லியா பாப்பா..."

"அப்படியா..." எனக்கேட்டுச் சிரித்த டீச்சர், "சரி, வா வந்து நாங்க அள்ளிக்கட்டுறத நீ அள்ளாமக் கட்டு" என்றவர், "வரேன்" எனக் கிளம்பினார். உடனே இவளும் ருக்மணி டீச்சர் பின்னாலேயே கிளம்பலானாள். மூன்றுபேரும் சேர்ந்து இவளைப் பாலம்மா டீச்சர் வகுப்பில் உட்கார வைத்துப் பார்த்தனர். ஒரே முடிவாய் அங்கே உட்கார மறுத்துவிட்டாள். ருக்மணி டீச்சர் வகுப்பில்தான் உட்காருவேன் என அடம்பிடித்தாள். அந்த வருடம் ருக்மணி டீச்சர், இரண்டாம் வகுப்புச் சொல்லிக் கொடுத்துக்கொண்டிருந்தார்.

ரெட்டைச்சடை போட்டுவிட்ட மையலில் இவள் வீம்பு பண்ணி அழ, "ரெண்டுநாளைக்கு இருக்கட்டும்" என்று தன்வகுப்பிலேயே அமரவைத்துக் கொண்டார் ருக்மணி டீச்சர். முதலில் இரண்டாம் வகுப்புப் பாடம் நடத்திவிட்டு, அடுத்து இவளுக்குத் தனியே வகுப்பெடுத்தார்.

மூன்றாம் வகுப்பிற்கு வருகிறபோதுதான் ருக்மணி டீச்சர் இவளுக்கு வகுப்பு ஆசிரியராக வந்தமர்ந்தார். இவளுக்கு ஒரே குதூகலம். ஆனால் டீச்சரோ புல்லுமார் குச்சி ஒன்றை ஒடித்து வைத்துக்கொண்டு. அடி பின்னிருவேன் எனப் பிள்ளைகளிடம் பயம் காட்டினார்.

"யேய், பசங்களா.. இது மூணாப்பு, கருத்தா கவனிச்சுப் படிக்கணும், இங்கிலீஸ் பாடமெல்லாம் டீச்சர் சொல்லித்தரப் போறேன். கூரா கேட்டுவாங்கி ஒண்ணுக்கு ரெண்டுதரம் வௌங்கிக் கத்துக்கணும். தெரியாதத கூச்சப்படாம கேக்கணும். படிப்பு நேரத்தில சேட்ட செய்யக் கூடாது. செஞ்சா டீச்சர் என்னா செய்வேன்?"

"பெரம்பால அடிப்பீங்க..."

“ம்... அடி பிச்சு எடுத்துடுவே. சரியா...”

ஆனால் ஒருநாள்கூட குச்சியால் டீச்சர், யாரையும் அடித்தது கிடையாது. கரும்பலகையில் எழுதிப்போட்ட எழுத்துகளைத் தொட்டு வாசிக்கவே அதனைப் பயன்படுத்தினார். தவிர இங்கிலீஸ் எழுத்தும் டீச்சர் பயங் காட்டியதுபோலக் கஷ்டமாய் இல்லை. வெறும்கோடு கோடாகத்தான் – மேலும் கீழும், குறுக்கும் நெடுக்குமாய்ப் – போடவேண்டி இருந்தது.

டீச்சரும் ஒவ்வொரு பிள்ளையையும் தனது மேசைக்கு அழைத்து, கைப்பிடித்து சிலேட்டில் எழுதச் சொல்லிக் கொடுத்தார். தேவைப்பட்டால் அவரவர் இடத்திற்கு வந்து கீழே உட்கார்ந்துகூட எழுதிக் காட்டினார். தப்புசெய்தால், பீரியடு முடியும் வரை நின்றுகொண்டே எழுதச் செய்வார். அதிகபட்ச தண்டனை என்பது, தொடையில் கிள்ளுவதும், கன்னத்தில் நுனிவிரலால் அறைவதும் தான். அந்தகணம் மட்டும் எறும்புக்கடி போல வலிக்கும். ஆனாலும் பிள்ளைகள் அதனைப் பிரமாதப்படுத்தி ‘ஆ’ வென அலறுவதும் அடிவாங்கிய கன்னத்தைப் பரபரவெனத் தேய்த்து அதிகமான வலியினைத் தாங்கியதைப்போல நடிப்பதும் சமயத்தில் குபுக்கெனக் கண்ணீர் கொட்டுவதுமாய்ப் பாவனை காட்டுவார்கள்.

பாடம் மும்முரமாய் நடந்துகொண்டிருக்கும் போது யாராவது ஒரு டீச்சர் வந்துவிட்டால், பாடம் அப்படியே நின்றுவிடும். ஒருவேளை வந்தவரை டீச்சர் கவனியாமலிருந்தாலும் பிள்ளைகள் நான்முந்தி நீமுந்தி எனச் சொல்லிக்கொடுத்துவிடுவார்கள்..

“டீ..ச்சர்.., பெரிய டீ..ச்சர் வந்திருக்காங்க...”

இரண்டு டீச்சர்களும் பரஸ்பரம் புன்னகைத்துக்கொள்வார்கள். உடனே, “புள்ளைகளா.. போர்டுல எழுதிப் போட்டுருக்கறத, மனசுக்குள்ள வாசிச்சுக்கிட்டே எழுதணும். சத்தம் வெளிய வரக்குடாது...” என்றோ, “இப்ப டீச்சர், நடத்துன பாடத்த ஒரொரு பிள்ளையும் பத்துபத்து தரம் போர்டு முன்னாலவந்து சத்தமா சொல்லணும். தப்புவிட்டவனுக்கு அடுத்து வாரவெ, தலையில கொட்டணும்... வாங்க...!” என்று வகுப்பை இயக்கிவிட்டு டீச்சர்கள் இருவரும் உள்ளும் வெளியிலுமாய் நின்று தமது பேச்சினை வைத்துக்கொள்வார்கள்.

“ஒரொண் ஒண்ணு…” என்றோ..

“ய்யேஏ, பீஇ , சீ.., ட்டீஈ ” என்றோ வகுப்பு தூள் பறக்கும். டீச்சர்கள் பொறுமையாய்த் தங்கள் கதையினை ஆரம்பிப்பார்கள். “எச்செம் எங்க இவ்வளவு அவசரமா ஓட்றாரு?”

“அதெல்லா நமக்கு என்னா தெரியும் டீச்சர்?” என ஏதுமறியாப் பாவனையில் ஆரம்பிக்கிற டீச்சர், அடுத்தகணம், ஹெட்மாஸ்டரின் அந்த நாளின் வேலைப்பட்டியலை அப்படியே நிமிடப் பிசகில்லாமல் ஒப்பிப்பார். அதிலும் பாலம்மா டீச்சரைப் போல நெருக்கம் கூடுதலான டீச்சரென்றால் பேச்சு இன்னும் ஆழமாகப் போகும்.

“வீட்ல பாத்த மாப்பிள்ளைய வேண்டாம்னு சொல்லீட்டீகளாமே, ரெம்ப தைரியந்தான்!”

“உங்களுக்கும் தெரிஞ்சு போச்சா?” நாணத்துடன் அழகாய்ச் சிரிப்பார் ருக்மணி டீச்சர். பார்வைக்குத் தில்லானா மோகனாம்பாள் பத்மினியைப் போலிருப்பார். “பின்ன என்னாங் டீச்சர், இந்தக்காலத்ல படிக்காத ஒருத்தன, பணமிருக்கு சொத்துபத்து இருக்குங்கறதுக்காகக் கட்டிக்க முடியுமா?”

“அதும் ருக்மணி டீச்சர்கிட்ட நடக்குமா?” போட்டு வாங்குவார்கள்.

“ஒரு எட்டாங்கிளாஸ் படிச்சிருந்தாக்கூட ஏதோ ஒரு டீச்சர் ட்ரெய்னிங் போகச் சொல்லி…”

“ஒரு டென்த் முடிச்சிருந்தா போஸ்டல் டிபாட்மெண்ட்ல ஒரு போஸ்ட்மேன், பிபிஓ, கிளர்க்னு நாமளேகூட எக்ஸாம் எழுத அனுப்பி வைக்கலாமே…”

“ஓகோ செண்ட்ரல் கவர்ன்மெண்ட் மாப்ள தேடுறீகளாக்கும். ரெம்பத்தே வெவரம்…”

“ஸ்டேட்ல என்னா ஸேலரி டீச்சர்? அதும் நம்மள மாதரி செகண்ரி கிரேடு டீச்சரெல்லாம் சுத்த வேஸ்ட்..”

“குட் எய்ம்.”

“அதுமில்லாம சம்சாரிக்கு வாக்கப்படுறம்னு வையிங்க, அவனுக்கு டீச்சரோட வேல்யு தெரியுமா… அவெம்பாட்டுக்கு

காட்டுக்குக் கஞ்சி கொண்டுட்டு வா…ம்பான். தோட்டத்துக்கு ஆள் கூப்புட்டு வா, இல்ல, நீயே வா…ன்னு ஆடர் போடுவான்.”

“மோட்டார் ரூமுக்குள்ள கட்டில் போட்டுகிட்டு பட்டப்பகல்ல கையப் பிடிச்சு இழுப்பான்!” டீச்சர் வாயைப் பொத்திக்கொண்டு சிரிப்பார்.

“நீங்க மேரேஜுகுப் பிறகு ரெம்ப நாஸ்டியாயிட்டீங்க டீச்சர்… போங்க” ருக்மணி டீச்சர் நாணம் பொங்கச் சிணுங்கினார்.

“நீங்க மட்டும் ஆகமாட்டீங்களா. ஆக்கீருவாங்கெ டீச்சர் ஆக்கீருவாங்கெ!” - கவிழ்ந்த தலையை நிமிர்த்திக் கண்களைப் பார்த்து விஷமத்துடன் சிரித்தார் பாலம்மா டீச்சர்.

பேசிக்கொண்டிருக்கையிலேயே யாராவது ஒரு டீச்சருக்குத் தலைவலி வந்துவிடும்.

“யார் வீட்டில தலவலி தைலம் இருக்கு. கைத்தூக்குங்க..” வெளியில் இருந்தபடியே உள்பக்கம் திரும்பிக் கேட்பார். யார் கைத்தூக்கினாலும் இவளைத்தான் தேர்வு செய்வார் டீச்சர்.

“ஓட்டமா ஓடிப்போயி டீச்சருக்குக் கொஞ்சூண்டு தைலம் வாங்கீட்டு வா…” பக்கத்தில் கூப்பிட்டுத் தலையைக் கோதி முதுகை நீவிவிட்டு அனுப்புவார்.

வீட்டுக்கு வந்தால் அம்மா இவளை நாயிலும் கேவலமாகப் பேசும். “பாடங்கேக்கறத விட்டுப்பிட்டு வாத்திச்சிக்கி மேவேல செய்யவே ஒனக்கு நேரங் காணல… ம்… ? யேன் அம்புட்டு சம்பளம் வாங்குற டீச்சரம்மாவுக்கு அறுவது காசுக்குத் தைலம் வாங்க விதியத்துப் போச்சாக்கும் ?” இவளது முதுகில் மேலும் நாலுபோடு போட்டுத்தான் அமிர்தாஞ்சன் டப்பாவை கொடுத்தனுப்பும்.

“லேசா பட்டுனாப்ல எடுக்கச் சொல்லு, அன்னும் பெறகும் வேணும்னு வாரி வழிச்சு நக்கிக்கிறப் போறாக…” எச்சரிக்கை செய்தபடி இவளிடம் கொடுத்தனுப்பும்.

•

நான்காம் வகுப்பிற்கு வந்தபிறகுதான் இவள் நல்லபடியாக மார்க் வாங்கினாள். சபரிமலை வாத்தியார் காதைப்பிடித்து நிமிண்டினார் என்றால் புரியாத பாடமெல்லாம் புரியும். வாத்தியார்,

தாத்தாவைப் போல நல்ல வளத்தி. கை காலெல்லாம் சுருள் சுருளாய் மயிர்கள் சுருண்டு அப்பிக் கிடக்கும். அரைக்கைச் சட்டைதான் போடுவார். வெளேரென வேட்டியும் சட்டையும் ஒண்ணுபோல இருக்கும். இடதுகையில் வேட்டியின் கீழ்நுனியும். வலதுகையில் பிரம்புமாகத்தான் பள்ளிக்கூடத்துக்குள் நடந்து வருவார்.

வீட்டுப்பாடம் எழுதாவிட்டாலோ, சொல்லிக்கொடுத்த பாடத்தை ஒப்பிக்காமல் இருந்தாலோ ஸ்கூலுக்கு லேட்டாக வந்தாலோ அல்லது பரீட்சையில் மார்க் குறைச்சலாய் எடுத்தாலோ. எது ஒன்று சரியில்லை என்றாலும் வீட்டிலிருந்து அப்பா அம்மாவைக் கூப்பிட்டுக்கொண்டு வரச்சொல்லுவார்.

'படிப்புத் தளத்துல தம் பிள்ளைக என்னவா இருக்குதுகன்னு பெத்தவங்களுக்கு அக்கறை வேணும். பைக்கட்டும் சிலேட்டுப் புத்தகமும் வாங்கி அனுப்பிச்சுவிட்டா மட்டும் கடமை முடிஞ்சதுன்னு இருக்கக்குடாது' என்று சொல்லுவார். அப்படிக் கூப்பிட்டுவராத பிள்ளைகளை வகுப்புக்கு வெளியில் முதல்நாள் நிற்கச் செய்வார். அடுத்தநாள் முழங்கால் போடவேண்டும். பீரியட் முழுக்க அப்படியே இருந்தவாக்கில் வகுப்பில் நடக்கும் பாடங்களை ஏனைய பிள்ளைகளைப் போல எழுதிப் படிக்கவும் வேண்டும்.

அப்படி ஒருபொழுது இவளுக்கும் அமைந்தது.

அப்பாவைக் கூப்பிடப் பயமாக இருந்தது. ஏட்டிக்குப் போட்டியாய்த் திட்டுவார். அம்மாவைக் கூப்பிட்டாள்.

அம்மா சலித்துக்கொண்டு பேசியது. "ஏய் என்னிய என்னாத்துக்குடி கூப்புடுற.. நானா சேத்துவிட்டே.. ஆம்பளைக இருக்க எடத்துல சங்கட்டமில்லாம. எப்பிடி வந்துபோறது.. போ போ ங்கொய்யாவ வரச்சொல்றேன்..." என்று முடித்துக்கொண்டது

அப்பாவுக்கு பிசுங்காத வேலை. பருத்தி சீசன் நேரம். தேனிபஜாரில் ஆள் கடந்துபோக முடியாதபடிக்கு பருத்தித் தாட்டுகள்★★★1 கடைகளுக்கு வந்து இறங்கிக் கொண்டிருந்தது. கமிசன்கடை வேலையாள்களுக்கு அந்தச் சமயங்களில் வேலையில் காலநேரம் இருக்காது. பருத்தித் தாட்டுகள் வரவர கடைக்குள் இடம் ஒதுக்கி இறக்கி அட்டியல்★★★2 போடவேண்டும்.

ஏவாரிகள் பார்த்து விலை திகைந்ததும் அன்று மாலையே அவற்றை எடைபோட்டு லாரியில் ஏற்றிவிட வேண்டும். வாங்கிய ஏவாரிகள் எடைபோட்டதும் உடனடியாய் லாரியில் ஏற்றிக்கொண்டு போய்விட்டால் வேலையாள்களுக்கு நிம்மதி. சிலருக்கு லாரி கிடைக்காது அல்லது வேறு இடத்தில் லோடு ஏற்றிக்கொண்டு இருப்பார்கள் அப்படியான நேரங்களில் எடைபோட்ட பருத்தி மூட்டைகளை அடுத்த கடைகளுக்கு இடைஞ்சல் வராமலும் காபந்து வேறு செய்யவேண்டும்.

எப்படித்தான் போராடி வேலைபார்த்தாலும், சந்தைநாளில் ஒவ்வொரு கமிசன் கடை வாசலும் பிரதான சாலைவரை நீண்டு விடுவதைத் தவிர்க்கமுடியாது. உள்ளிருந்து அனுமார்வால் போல பருத்தித் தாட்டுகள் வெளியிலும் வந்துகிடக்கும்.

இந்தமாதரி சீசனில் அப்பாவை வீட்டில் பார்ப்பதே அரிது. நாலைந்து நாளாய் அப்பா முகத்தை இவள் பார்க்கவே இல்லை.

பள்ளிக்கூடத்துக்கு அப்பாஅம்மாவைக் கூப்பிட்டு வராத காரணத்தினால் தினமும் இவள் வகுப்புக்கு வெளியில் முழங்கால் போட்டு நின்றாள். நாலாம்நாள் காலையில் இவள் அம்மாச்சியிடம் ஒப்பித்து அழுதாள்.

“நான் பள்ளியொடம் போவல அம்மாச்சி...” அம்மாவுக்குக் கேட்காமல் கிசுகிசுத்த மொழியில் சொல்லிக் கண்ணைக் கசக்கினாள்.

“யேன் ஆயி, படிப்பெல்லா நல்லாத்தான வருது.”

தலையை மட்டும் ஆட்டினாள். “நாம் போவல.”

“கூடப் படிக்கிற பிள்ளயள் எதும் சேட்ட பண்றானுவளா...?”

“....”

“வாத்தியாரு எதும் வீம்புக்கு அடிக்கிறாகளா...?”

அதற்குமட்டும் மூச்சுக் காற்றுப்பட்ட தீச்சுடர்போல மெதுவாகத் தலையாட்டினாள். உடனே அம்மாச்சிக்குச் சின்ன மாமனின் ஞாபகம் வந்துவிட்டது. “அந்தப்பெய இருந்தா சொல்லி விட்டுட்டு வருவான். ஒங்கய்யாவக் கூட்டிகிட்டுப் போய் ரெண்டுவாத்த பேசிப்புட்டு வரச்சொல்றதான ஆயி..”

அப்போதுதான் அப்பாவின் வரமுடியாத நிலமையையும், தினமும் தான் வெளியில் முழங்கால் போடுகிற கொடுமையையும் சொல்லிப் பாவாடையை உயர்த்தி முட்டியைக் காண்பித்தாள். அந்த இடம் கன்னிப்போய்ச் சிவந்திருந்தது. அதனைக்கண்டதும் அம்மாச்சி ஆடிப்போனது. "அது எந்தத் தடிப்பயடீ, பொம்பளப் பிள்ளைய வெளியில நிறுத்தறது.. வாத்தியான்னா அம்புட்டு ஏத்தமா.. நீ போ கண்ணு, நா வந்து அந்தாளப் பேசிக்கறேன் படுவா ராஸ்கோல்....!".

சொன்னது போலவே அம்மாச்சி பள்ளிக்கூடத்தில் முதல் மணி அடிப்பதற்கு முன்னமே வெளியில் வந்து காத்திருந்தது. பிரேயர் பாட்டுப் படித்து முடிந்து அவரவர் வகுப்புகளுக்குச் சென்றதும் இரண்டாம் மணி அடிக்கக் கேட்டு பள்ளிக்கூடத்துக்குள் நுழைந்தது. இவள் அப்படித்தான் சொல்லி இருந்தாள். "நீ வாட்டுக்கு விடுவிடுன்னு உள்ள வந்திராத, 'செக்கண்ட் பெல் அடிச்சப்பறம்தான் சாரெல்லம் வோப்புக்கு வருவாங்க.. அப்ப வா.'.

உள்ளே வந்த அம்மாச்சிக்கு இவளது வகுப்பு தெரியவில்லை. இரண்டு பக்கமும் சீமை ஓடு வேய்ந்த கட்டடவரிசைகள். நடுவில் மண்பாதை. பாதையின் இருபக்கமும் பாத்திகட்டி, பூச்செடிகளும் மரங்களும் வளர்ந்திருந்தன. செவ்வரளி, குண்டுமல்லி, வேப்பமரம், புங்கமரம் ஊசியாய் வளரும் அசோகமரமும் நிமிர்ந்து விரைப்பாய் வளர்ந்திருந்தன. இடையிடையே வகுப்புகளுக்கான வாசல்படிகள், அதையொட்டி எல்லா வகுப்புகளையும் இணைக்கிற சிமெண்டு நடைபாதை.

மண்பாதை நேராக ஹெட்மாஸ்டரது அறையில் போய் முடிகிறது அந்தக் கட்டடம் மட்டும் லாகடம் போட்டுக் கட்டப்பட்டிருந்தது.

அம்மாச்சி ஒவ்வொரு வகுப்பாய் நுழைந்து பார்த்து இவளைத் தேடிக் கண்டுபிடிப்பதற்குள் இவள் ஐந்தாவது நாளாய் முழங்கால் போட்டிருந்தாள். வாத்தியார் ஏதோஒரு வேலையாய் ஹெட்மாஸ்டர் அறைக்குச் சென்றிருக்க, வகுப்பு லீடர், நீளக் குச்சியுடன் வகுப்பைப் பராமரித்துக்கொண்டிருந்தான்.

அம்மாச்சியைப் பார்த்ததும் இவளுக்கு அழுகை வந்துவிட்டது.

“என்னாடி ஏஞ்செல்லம்..” அம்மாச்சி ஓடிவந்து இவளைக் கட்டித் தூக்கி நிறுத்தியது. முழங்காலில் படிந்திருந்த மணலைத் தட்டிவிட்டது. “நாந்தே வரேன்னு சொன்னேன்ல. அதுங்குள்ள என்னாத்துக்குடி இப்பிடி மொளியப் போட்டுப் புண்ணாக்கிக் கிட்ட.”

“ரெண்டாம் மணியடிச்சு எம்பிட்டு நேரமாச்சு, இப்பத்தே நீ வார, வாத்தியாரு வந்து மொழிங்கால் போடச் சொல்லிட்டுப் போய்ட்டாரு.. போ..” என்று மறுபடியும் இவள் முழங்காலைத் தரையில் ஊன்றிக்கொண்டாள்.

“அதென் நா வந்திட்டேன்ல... எந்திரி.” அம்மாச்சி இவள் காலை மடிக்க விடாமல் தாங்கிப் பிடித்தது.

அந்த நேரம் வகுப்பு லீடர் ஓடிவந்தான். “யேய்.. என்னா, நீ எந்திரிக்கிற.. மண்டிகால் போடுபிள்ள..” என அதட்டினான்.

அம்மாச்சி அவனோடு மல்லுக்கு நின்றது. “எதுக்குடா இவள மண்டிக்கால் போடச் சொல்லுற?”

•

“ம்? சாரு இந்தப்பிள்ளையோட அப்பாம்மாவக் கூட்டி வரச்சொன்னா கூட்டிட்டு வரணும்ல?”

“அவுக அப்பனும் ஆத்தளும் இங்க வந்திட்டாகன்னா வீட்ல கஞ்சிக்கி ஆர் குடுப்பா? இல்ல தானா வந்திருமா?” யாரிடமோ கேட்க வேண்டிய கேள்வியை அம்மாச்சி லீடரிடம் கேட்டது.

அவனால் பதில் பேசமுடியவில்லை. “சார் சொல்லீர்க்கார்ல...”

“ஒங்க சாருக்கென்னா.. ஆடன்னாலும் கோடன்னாலும் எந்த மகராசனோ சம்பளத்த அள்ளிக் குடுத்திருவான். அல்லார்க்கும் அப்பிடிப் பொழப்பு அமையுமா?”

வகுப்பு மொத்தமும் அவர்களை வேடிக்கை பார்த்தது.

அம்மாச்சியிடம் பதில் பேசமுடியாமல் லீடர் இவளிடம் வந்தான். “யேய், எந்திரிக்காத பிள்ள, சார் வந்தா, என்னிய வைவாரு...”

“அட திரியோதரா, நீ நல்லபேர் வாங்க எம்பிள்ள மேல் நோகணுமா.. நல்லாருக்குடா நாயம்.”

“ங்க பாரு நாம் பேரெழுதி வச்சிருவேன். அப்பறம் நீதே மாட்டிக்குவ...” குச்சியை ஆட்டி ஆட்டிப் பேசினான்.

“பார்ரா எம் முன்னடியே எம்பிள்ளய அதட்டுறான்...” நாக்கைத் துருத்திக்கொண்டு லீடரை அடிக்கக் கை உயர்த்தியது அம்மாச்சி. லாவகமாய்க் குனிந்து ஒதுங்கிக்கொண்ட லீடர், “பொறுபொறு சாரக் கூப்பிட்டு வாரேன்...” என்று இவளிடம் சொல்லிவிட்டு ஹெட்மாஸ்டர் அறைக்கு வாத்தியாரைத் தேடி ஓடினான்.

“தள்ளி நில்லு அம்மாச்சி, சார் வந்தா வையப் போராரு...” அம்மாச்சியை ஒதுக்கிவிட்டு இவள் மண்டிக்கால் போட்டுக் கொண்டாள்.

“இராத்தா, பதறாத. நாம என்னா பட்டப்பகல்ல பள்ளிக்கொடத்தக் களவாண்ட்டா போய்ட்டம்..? சாரு வரட்டும், வந்து என்னா நாயம்னு அவர்கிட்டயும் கேப்பம்.” இடுப்பில் சொருகி இருந்த முந்தானையை அவிழ்த்து உதறித் திருத்தமாகச் சொருகிக் கொண்டது.

லீடரை முன்னே போகவிட்டு, சார் பின்னால் வந்தார். லீடரைப் பார்க்கப் பார்க்க அம்மாச்சிக்கு ஆங்காரம் பற்றிக்கொண்டு வந்தது.

“ஆளப்பாரு அரைக்காப்படி நாளியத்தண்டி... நல்ல்லா ஊய்க்காளி★★★1 மாடு மேக்கிறவெங் கணக்கா கையில ஒரு குச்சி! இவனெல்லா ஒரு காரியக்காரெ,. இவனுக்கொரு தாட்டியம்.. மொறப்பு வேற.” அவர்கள் இருவரும் அருகில் வருகிறவரைக்கும் வாய் ஓயாமல் முணுமுணுத்துக் கொண்டிருந்தது.

கண்கண்ணாடியை மேலேற்றிக்கொண்டு சார் அம்மாச்சியைப் பார்த்தார். அம்மாச்சியோ அட்டன்சன் பொசிசனில் வீராப்பாய் நின்றது.

“என்னைக்கு வரச்சொன்னது இன்னிக்கி வாறீங்க?”

“வேல வெட்டி தீரல சார்... பொழப்பப் பாக்கணும்ல..”

“எதப்பாத்தாலும் புள்ளையோட படிப்பையும் பாக்கணும்லமா...”

“அதுக்குத்தான சார் பள்ளியோடத்துக்கு அனுப்பிச்சு விட்ருக்கம்.” சாருக்கு அம்மாச்சியின் பேச்சு ஆயாசத்தைக் கொடுத்தது. லீடரிடமிருந்து பிரம்பை வாங்கிக்கொண்டார். வெளியில் நின்ற வாக்கில் வகுப்பறையை அதட்டி அமைதிப்படுத்தினார். அதையும்

மீறி இரண்டு மாணவிகள் பேசிச் சிரித்தது கண்டு, பிரம்பை நீட்டி அவர்களை எழுந்துநிற்கச் சொன்னார்.

"அதுக தலையில கொட்டி உக்கார வெய்யி" லீடரை ஏவிவிட்டார். வேகமாய்ப் போன லீடர் விரல்களை மடக்கி உச்சந்தலையில் ஓங்கிக் குட்டினான். மண்டிக்கால் போட்டிருந்த இவள் தன் தலையைத் தடவிக் கொண்டாள்.

"சரிம்மா எங்க இவக அப்பாம்மா?"

"வேல நேரம் சார். அதென் நா வந்தே." அம்மாச்சி சாந்தமாகத்தான் துவங்கியது.

"வந்தா, இப்பிடித்தே பள்ளிகுடத்துல வந்து லாவடிக்கறதா?"

"லாவடியா, நானா...?"

"பின்ன எதுக்குமா லீடர அடிச்ச?"

"நானு அடிச்சனா...? இருக்க பிள்ளிகளப் பூராம் இவென் அடிச்சாப் பத்தாது? கைய ஓங்குனது குத்தமாப் போச்சாக்கும். எங்குனடா அய்யா வலிக்கிது?" லீடரைப் பார்த்துக் கேட்கலானது.

"இனி வலிக்கிற அளவுக்கு வேற அடிப்பியாக்கும்...?" சார், அம்மாச்சிக்குச் சற்றும் குறைவில்லாத தொனியில் பேசலானார்.

"பள்ளிக்குடம்னா அடிக்கத்தேம்மா செய்வாக, ஓம் பேத்தி ஒடம்பு நோகாம படிக்கணும்னா, வீட்டுக்குக் கூட்டிகிட்டுப் போயி தனியா வாத்தியார் வச்சுப் படிப்புச் சொல்லிக்குடு. அங்கயும் படிக்காட்டி அந்த வாத்தியாரும் அடிக்கத்தான் செய்வாரு. அடியாத பிள்ள படிக்காது. அடங்காத மாடு பால் கறக்காது."

"அப்படின்னா, பிள்ளயள பள்ளியொடத்துக்கு அனுப்பிச்சு விட்டா நீங்க அடிச்சுக் கொல்லுவீகளாக்கும்.." இடுப்பில் கையை ஊன்றிக்கொண்டு கேட்டது.

"ஆமாம்மா, எங்களுக்குப் பைத்தியம் பிடிச்சிருக்கு. ஸ்கூலுக்கு வார பிள்ளைகளப் பூராம் அடிக்க! படிக்கிற எடத்துல வந்து இப்பிடியெல்லா பேசக்குடாதும்மா."

"கேக்கக்குடாதுன்னா? ஒரு ஆம்பளப் பயல விட்டு பொம்பளப் பிள்ளைய அடிக்கச் சொல்லுவீக! பெத்தவக அதப் பாத்துக்கிட்டு அமைதியா இருக்கணுமாக்கும். அடிங்கய்யா வேணாங்கல,

அதுலயும் மெய்யடி பொய்யடின்னு ஒரு கணக்கு இருக்குல்ல சாரு.. படிக்கச் சொல்ல சம்பளந் தர்ராகளா... அடிக்கச் சொல்ல சம்பளந் தர்ராகளா சார்..?"

பள்ளிக்கூடத்தில் இதுவரை இத்தனை தைரியமாய் வந்து யாரும் பேசக்கேட்டதில்லை, "இந்தாபாருமா... மெய்யடி பொய்யடியெல்லா எங்களுக்குத் தெரியாது. அது தெரிஞ்ச பள்ளிக்கூடமிருந்தா ஓம் பேத்திய அங்க கொண்ட்டுப் போய்ச் சேத்துக்க.." என்றவர், "ந்தா எந்திரிம்மா.. ஒங்க பாட்டிகூட கெளம்பு..." என இவளை எழுப்பினார்.

அம்மாச்சியின் வாய் அப்போதும் அடங்கவில்லை. "அப்பன்னா நீங்க படிக்க வந்த பிள்ளய என்னா வேணுனாலும் பண்ணுவீங்க நாங்க எதும் பேசப்படாது. என்னான்னு கேக்கப்படாது. இதுதே ஒங்க நாயமாக்கும்?"

"யேம்மா, இம்புட்டுப் பேச்சு பேசறீல்ல, எதுக்கு சார் வரச்சொன்னீகன்னு ஒரு வார்த்த கேட்டியா?"

"என்னத்தக் கேக்கறது, அதேன் களத்துல மொளகா வத்தலக் காயப்போட்ட மாதரி உச்சிவெய்யிலுல பச்சப்பிள்ளய வதங்க மொழிங்கால் போட வச்சிருக்கீங்களே, இதுக்கு மேல என்னா சொல்லப் போறீக.. சொல்லணுன்னா சொல்லுங்க.." அலுத்துக் கேட்டது.

வாத்தியாருக்குச் சுரீரெனக் கோபம் வந்துவிட்டது. "பெரிய மனுசின்னு பார்த்தா, அநாவசியமா பேசறியேம்மா.. வெட்டியா இந்தப்பிள்ள படிப்பக் கெடுத்திறாத.. பின்காலத்தில இந்தக் கெழவியால எம் படிப்பு பாழாகிப் போச்சுன்னு ஓம்பேத்திய சொல்ல வச்சிறாத..." என்றார்.

கிழவி எனும் வார்த்தை அம்மாச்சியை ரெம்பவும் உசுப்பிவிட்டது. "ஆ மா, நாங்கெழவிதேன். நீயெல்லா இப்பிடியே சாகந்தண்டியும் கொமரனாவே இரப்பா...!" எனச் சத்தமாய்ப் பதில் சொன்ன அம்மாச்சி, "எந்திரிடீ," என இவளை எழுப்பியது. "படிப்பாம் பெரிய ஈராங்காயப் படிப்பு. உப்புக்காகுமா, புளிக்காகுமா ஓம்படிப்பு...? இங்கன வந்து ஒக்கார்ர நேரத்துல ரெண்டு கூட சாணியப் பெறக்கி உருட்டிப் போட்டான்னா எருவு தட்டி கலியாணத்துக்கு காசச் சேத்துருவா..வாடி..." வகுப்பிலிருந்து இவளை இழுத்து வந்தது.

ம. காமுத்துரை | 43

“வேணாம் மாச்சி, எட்மாஸ்டரு வைவாரு, நெறைய பாடம் எழுதணும். விடும்மாச்சி..” கையை உதறினாள்.

“ஒரு மண்ணாங்கட்டியும் வாணாம். வண்ணாங்கணக்கு பால்கணக்கு கூட்டிக் கழிக்கத் தெரிஞ்சாப் போதும். ஒம் மாமனே ஆறாப்புத்தான் படிச்சிருக்கான். நீ இதுக்குமேல படிச்சா ஒன்னியக் கட்டிக்காமப் போயிருவான்டி...”

இவள் என்னென்னவோ சொல்லியும் அழுதும் அரற்றியும் உருண்டும் பார்த்தாள். வீட்டிலும் அம்மாச்சியின் பேச்சை யாரும் எதிர்க்கவில்லை.

ருக்மணி டீச்சர்தான் இவளைப் பார்க்கும் போதெல்லாம் வருத்தப்பட்டுப் பேசுவார்கள்.

அம்மாவுக்கு நாலாவதாகவும் ஒரு தங்கச்சிப் பாப்பா பிறந்தது

★ஊய்க்காளிமாடு = ஊர்க்காளைமாடு (கோயில்காளை)

அலை 3

வீட்டில் இவளுக்கு இருப்புக் கொள்ளவில்லை செய்வதற்கு வேலை எதும் மிச்சமில்லை. மலை மாடுகளின் பின்னால் சென்று பொறுக்கிவந்த சாணியைப் பூராமும் கூளம் பிசைந்து உருண்டை பிடித்து எருவட்டியாகத் தட்டி முடித்தாயிற்று. முந்தின நாள் தட்டிய எருவட்டிகளைப் பிய்த்து வெய்யிலில் காயப் போட்டாயிற்று. நேற்று காயவிட்ட எருவட்டிகளை எடுத்துப் பரணில் அம்மா சொன்னபடி தட்டுப் பரத்தி அடுக்கி,. பிய்ந்துபோன எருவட்டிகளையும்கூட அடுப்படியில் ஒதுக்கியாயிற்று. இது தவிர நல்ல தண்ணிக் குழாய்க்குப் போய்த் தண்ணீர் சுமந்துவந்து அண்டாக்களை நிரப்பி இருந்தாள். இனிப் பாத்திர பண்டங்கள் மட்டும் கழுவிவைக்க வேண்டும். ராத்திரிச் சாப்பாடு முடித்துவிட்டால் அந்தவேலையும்கூட முடிந்துவிடும். ஆனால் யாரும் இப்போதைக்குச் சாப்பிடுகிற மாதிரி தெரியவில்லை.

வீட்டுக்குள் அப்பா, அம்மா, அப்பாயி, தாத்தா. இவர்களோடு வெளியூரிலிருந்து வந்திருக்கும் இரண்டு பெரியப்பாமார்கள், வேறு யாரோ புதுசாய் ஒருத்தர் என எல்லோரும் குசுகுசுவென சத்தம் மேலெழும்பாமல் பேசிக்கொண்டிருந்தனர். உள்ளறையின்

நிலைக்கதவில் தலைசாய்த்துப் புதுப்பொண்ணும், அவரை ஒட்டியும் ஒட்டாமலும் வெளிப்புறச் சுவரில் சாய்ந்து அட்டணக்கால் போட்டுப் புதுமாப்பிள்ளையுமாக ஒருகூட்டம் அமர்ந்திருந்தது.

அவர்கள் மொத்தமாக வீட்டுக்குள் நுழைந்ததுமே, வீட்டிலிருந்த பிள்ளைகளைப் பூராவும் அம்மா விரட்டிவிட்டது. "போங்க, சித்த நேரம் வெளியில போயி வெள்ளாண்டுட்டு அப்பறமா வாங்க."

அந்நேரமே போயிருந்தால், தானும் விளையாடப் போயிருக்கலாம். அப்போது இவளுக்குத் தண்ணீர் எடுக்கும் வேலை முடியாமலிருந்தது. இப்போது துணைக்கு ஒரு பிள்ளைகளும் இல்லை. பெரியாள்களாக வீடு நிறைந்து கிடக்க, இவள் மட்டும் ஒத்தையில் தனியாளாய் நிற்க வேண்டிதாயிற்று. யாராவது ஒருத்தர் தன்னை வெளியில் விரட்டிவிட மாட்டார்களா எனத் தவித்தாள். உள்ளேபோய் ஆளோடிச்சுவரில் சாய்ந்து நின்றாள். அப்படியும் இப்படியுமாய் மெதுவாய் நடைபோட்டாள். யாருமே இவளைக் கண்டுகொள்ளவில்லை.

அம்மாச்சியின் 'புண்ணியத்தால்' பள்ளிக்கூடத்திலிருந்து இழுத்து வரப்பட்டதிலிருந்து வீட்டில் இவளுக்கு உட்கார நேரமில்லாமல் வேலைகள் காத்திருந்தன. இத்தனைநாள் இவ்வளவு வேலைகளும் எங்கே ஒளிந்து இருந்தனவோ தெரியவில்லை. விடியலில் கண்முழிக்கும் போதே பக்கத்துத் தெருவிலிருக்கும் எருமைக்காரம்மா வீட்டில்போய் வாசல் தெளிக்கச் சாணம் எடுத்துவர வேண்டும். அவர்கள் வீட்டில் நாலு எருமை மாடுகள் இருந்தன. வீட்டுக்கு உள்ளே நுழைந்ததும் அடுப்பங்கரை இடதுபக்கமாகப் பிரியும். அதனை அடுத்துக் கிழக்கு மேற்காகத் தரையில் பட்டியக்கல் பதித்த மாட்டுக் கொட்டம் (தொழு) பெரிசாக இருக்கும். யார் வேணுமானாலும் கொட்டத்துக்குள் வரலாம். வேணுமென்கிற அளவு சாணம் அள்ளிக்கொள்ளலாம். மாடுகள் கடித்துக் கழித்துப்போட்ட சோளத்தட்டை, வேர்முண்டுகள் குப்பையாய்ப் போட்டிருப்பார்கள். தீப்பற்ற வைக்க வேணுமென்றால் அதையும் தேவையான அளவு அள்ளிக்கொள்ளலாம். ஓசி மோர் கேட்டாலும் கிடைக்கும்

விடியற்காலையில் எழுந்து மாட்டுக் கொட்டத்துக்குப் போகச் சள்ளையாய் இருக்கும். இதற்காகவே சிலநாள்களில் முதல்நாள்

சாயங்காலமே போய்ச் சாணியை எடுத்துவந்து சாணிச்சட்டிக்குள் போட்டு மூடிவைத்துவிடுவாள். அதிலும் கூட இரவு விளக்குப் பொருத்துவதற்கு முன்னால் போய் எடுத்து வந்துவிட வேண்டும். விளக்குப் பொருத்திவிட்டால், வீட்டு ‘லட்சுமி’யை வெளியில் அனுப்பமாட்டார்கள். காலையில் அம்மாவோ அம்மாச்சியோ மூடிவைத்த சட்டியைத் திறந்து எடுத்துத் தெளித்துக்கொள்வார்கள். இவள் கொஞ்சநேரம் சேர்த்துத் தூங்கலாம்.

அதுவும் தங்கச்சிமார்கள் உறக்கம் கலைந்து எழுந்துவிட்டால் அதற்கப்புறம் இவளுக்குப் பொழுதே போதாது. அவர்களைத் தூக்கி வைக்க, அவர்களுக்குச் சோறூட்ட, பராக்குக் காட்ட, அம்மாவுக்குக் காய்கறி நறுக்கித்தர, அடுப்புப்பார்க்க, அப்பாவுக்குத் தட்டுக் கழுவித்தர, அம்மாச்சிக்கு மூக்குப்பொடி வாங்கிவர, தாத்தாவுக்கு ஓசியில் லூஸ் புகையிலை கேட்டுவர.. நேரம் பொலபொலவென ஓடிப்போய் விடுகிறது. .இப்படி யாராவது வந்து அமைந்தால் விளையாடப் போக வாய்க்கும். இப்போது அதனையும் தவறவிட்ட கவலை.

“ஏண்டா அய்யா, வார பெய, இப்பிடியா கால்ல கட்டயப் போட்ட மாதரி திடுதிப்புன்னு வாரது. ஒருதாக்கலு, தகவலு சொல்ல வேண்டாம்...” அப்பாயி, மாப்பிள்ளைகாரப் பையனைப் பார்த்துக் தனது ஆதங்கத்தைத் தெரியப்படுத்தியது.

“பொறுத்து பொறுத்து, சத்தத்தக் கொஞ்சம் கொறச்சுப் பேசு... ஒனக்குத்தே தொண்ட இருக்குன்னு கத்தாத,” எனத் தாத்தா அப்பாயியை அமைதிப்படுத்தினார்.

மாப்பிள்ளைக்காரன் அப்பாயிக்குப் பதில் எதுவும் தராமல் கட்டியிருந்த கைலி வேட்டியினை நிமிண்டிக்கொண்டிருந்தான்.

“அதுக்குத்தே, பெரியவங்க சொல்பேச்சுக் கேக்கணுன்றது.” என்ற அப்பா, “வேற எதும் போலீஸ்ல கீலீஸ்ல ரிப்போட் ஆகி இருக்காப்பா?” மேலும் கேள்வியைப் போட்டார்.

“சேச்ச, அப்பிடியெல்லா எதுமில்ல. அதுக்கு மீறி செஞ்சா, அவுகளுக்கும் அசிங்கந்தான..”

எல்லோருக்கும் மையத்தில் அரிக்கேன் விளக்கும், உள்வீட்டின் மாடக்குழியில் சிம்னி விளக்கும் எரிந்து மொத்த வீட்டுக்கும் வெளிச்சம் தந்துகொண்டிருந்தன.

“யேங் கேக்கறேன்னா, அதுக்குத்தகுந்து நாமளும் ஒரு ஏற்பாட்டப் பண்ணனும்ல.”

“யய்யா, இவக ரெண்டுபேரும் பழகறதப் பத்தி யாரும் பேசச் சானுசே இல்ல. ஏன்னா ரெண்டுபேருமே சரியத்த குடும்பந்தே. பெருஸ்சா ஒண்ணும் ஏத்த வித்தியாசமெல்லாங் கெடையாது.”

“அப்புடின்னா எதுக்கு வில்லங்கம் பண்ணனும்! விசியம் அங்க இல்லப்பா. முடிச்சு வேற எங்கியோ இருக்கு. யாரும் ஒடச்சுப் பேசமாட்டேங்கிறீங்க ...ம்..?” தாத்தா விரைப்பாய் உட்கார்ந்தார்.

“அட, முழுசையும் கேளுங்க.. வில்லங்கம் என்னான்னா, இந்தப் பிள்ளைக்கு விடிஞ்சாக் கலியாணம்.” இந்தப் பேச்சைக் கேட்டதும் அத்தனைபேருக்கும் ஒரேநேரத்தில் மூர்ச்சை கண்டதுபோல ஒரு நீண்ட அமைதி.

“மாப்பிள்ள...?” அப்பா கேட்டார்.

“இவென் இல்ல. வேறொருத்தன்.”

“அப்படிப் போடு. இந்த நேரத்தில இந்தப்பய பிள்ளய நைசா நவட்டிட்டு வந்திட்டானாக்கும்...”

“அதான எடஞ்சலே...”

“எடஞ்சலா, வில்லங்கம்னு சொல்லு.”

விடுகதையின் புதிர் விடுபட்ட அசதியில் அத்தனைபேரும் தவிப்பாறினார்கள்.

அந்தப்பெண்ணும் மாப்பிள்ளயும், சின்னமனூர்ப் பக்கத்திலிருக்கிற மார்க்கயன்கோட்டை. இவளது அப்பாவழிச் சொந்தம். சின்னய்யா மகள் வயிற்றுப்பிள்ளையாம். அம்மாபட்டி, அங்கிருந்து நாலாவது மைலில் இருக்கிறது. அங்கே உள்ள ஓர் அரிசி அரைவைமில்லில் மாப்பிள்ளைப் பையன் வேலைபார்க்கிறனாம். பொண்ணுப்பிள்ளையும் அதேமில்லில் களத்துவேலை பார்த்ததாம். ரெண்டுபேருக்கும் அங்குவைத்துப் பழக்கமாகி இருக்கிறது.

இந்தவிசயம் தெரிந்தோ தெரியாமலோ பொண்ணுப்பிள்ளை வீட்டில் வேறோர் இடத்தில் மாப்பிள்ளை பேசி, நாளை காலையில் சின்னமனூர் சிவகாமியம்மன் கோவிலில் கல்யாணம் வைத்திருக்கிறார்கள். இந்தநேரம் இரண்டுபேரும் அடைக்கலம்

வேண்டி இங்கே வந்திருக்கிறார்கள். பொண்ணுவீட்டில் பிள்ளையைக் காணோமென ஊரூராய் ஆள்விட்டுத் தேடிக்கொண்டிருக்கிறார்களாம்.

இதைத் தவிர உள்விவரங்கள் இவளுக்குப் பிடிபடவில்லை. வந்ததிலிருந்து வெத்தலையை மெல்லுவதுபோல ஒரே பேச்சையே திரும்பத் திரும்பப் பேச, எரிச்சலாய் இருந்தது இவளுக்கு. வெளியில் போனாலாவது பிள்ளைகளோடு ஏதாவது விளையாடப் போகலாம். தங்கச்சிகளைப் போலச் சடாரென தான் ஓடிவிட முடியாது. அப்பாவுக்குத் தண்ணித்தாகம் எடுக்கும். அப்பாயிக்கு வெத்திலை எச்சில் துப்ப எச்சப்போணி தேவைப்படும். தவிர விளக்குத் திரி கருகி வெளிச்சம் குறைந்தாலும் இவளைத்தான் தூண்டிவிடத் தேடுவார்கள். அதனால் யாரிடமாவது ஒருவார்த்தை சொல்லிவிட்டால் போதும்.

யாரிடம் சொல்ல...? ஆளைத் தேடினாள். அம்மாவிலிருந்து அம்மாச்சி, அப்பாயி, தாத்தா, அப்பா, வெளியூர்க்காரர்கள். எல்லோரும் சொல்லிவைத்த மாதரி முகத்தை ஒன்று சொன்னதுபோல ஒருத்தர் முகத்துக்குள் இன்னொருத்தர் முகத்தை வைத்திருந்தார்கள். பொண்ணும் மாப்பிள்ளையும் குனிந்ததலை நிமிரவில்லை. யாராவது ஒருத்தர் தன்னைப் பார்த்தால் தேவலையே.. எழுந்து நின்றாள். நின்ற இடம் இருளுக்குள் இருந்தது. உள் பட்டாசலைப் பக்கம் நடந்தபோது அப்பாவின் பார்வையில் பட்டாள்.

“ஏ களவாணி.. எங்கபோற?”

தண்ணி குடிப்பதைப்போலக் கைச்சாடை காட்டினாள்.

“குடிச்சிட்டுச் சட்டுன்னு அங்கிட்டுப் போ... பெரியவங்க பேசிட்ருக்கம்ல”

“தண்ணி எடுத்திட்டியாடி...” அம்மா கேட்டது.

“ம்” வேகமாய்த் தலையை ஆட்டினாள். முதுகிலிருந்த ஒற்றைச்சடை, தெருவில் புரளும் நாயாய் அங்கிட்டும் இங்கிட்டுமாய்ப் புரண்டு இவளுக்கு ஒத்துப்பேசியது..

“வாயத்தெறந்து சொன்னா என்னாவாம்? ஊமையா..”

“தொட்டி நெறஞ்சிருச்சும்மா, அடுப்படில அண்டாவுக்கும் கூட ஊத்தி ரெப்பிட்டேன்.”

"சரி சரி அளக்காத, வெளில போய் ஒக்காரு.. வாய் பாத்துட்டு நிக்காத...".

"வெள்ளாண்டுட்டு வரட்டாமா..." சந்தடிசாக்கில் வார்த்தையை விட்டாள்.

"பொழுதுபோன நேரம் அங்கிட்டு இங்கிட்டுனு சுத்திட்டு அலயாம, தங்கசிகளப் பாத்துகிட்டு நில்லு. தேட வச்சிடாத டீ..."

அவ்வளவுதான். அம்மா சொல்லிக் கொண்டிருக்கையிலேயே ஒரே தாவலில் வாசலுக்கு வந்தாள்.

அப்போது நிலா மேற்கில் மஞ்சள் பூத்து மேலெழும்பிக் கொண்டிருந்தது. தெருவிளக்குகள் பளீரென வெளிச்சம் காட்டாமல், சோகைபிடித்த சீக்காளிபோலத் திரவமாய் ஒளி வடிந்து கொண்டிருந்தது.

கோயில்வீட்டுச் சந்தில் பிள்ளைகள் வட்டமாய் உட்கார்ந்து 'தத்தளி புத்தளி' ஆட்டம் ஆடிக்கொண்டிருந்தனர்.

"தத்தளி புத்தளி
மக்யாஞ் சிக்யாஞ்
ஜீ ஜல்
ஜல்லெடுத்து மேலபோட்டா
செட்டியார் வீட்ல நண்டு.
நண்டம்மா தேசம்மா..
என்னப் பெத்த
ராசம்மா.."

பிள்ளைகள் அத்தனைபேரும் கைகளிரண்டையும் குப்புறக் கவிழ்த்துக்கொண்டு காத்திருக்க, ஒரு பிள்ளை மட்டும் தன் ஆள்காட்டி விரலால், ஒவ்வொரு வார்த்தைக்கும் ஒவ்வொரு கையாகத் தொட்டுத் தொட்டுப் பாடிக்கொண்டிருந்தது. வார்த்தை முடிகிற கையைப் புரட்டி வைத்துக்கொள்ள வேண்டும். அடுத்த தொடுதலில் அந்தக்கையை எடுத்து அவரவர் அக்குள்களில் அடைகாத்துக் கொள்ளவேண்டும். அப்படி இரண்டுகைகளும் அடைகாத்தவர்கள் தூரமாய்ப் போய் உட்கார வேண்டும். எல்லாப் பிள்ளைகளும் தூரமாய் வந்துவிட்டபிறகு, பாடிய பிள்ளை ஒரொருத்தராய் தன்னிடம் வரச்சொல்லி வருந்தி அழைப்பார்.

"தங்கச்சிமிழே வா!"
"வரமாட்டே ம் போ." அழைக்கப்பட்ட பிள்ளை பிகு செய்யும்
"தாமரைப் பூவே வா!"
"வரமாட்டே ம் போ."
"சக்கர முட்டாயே வா!"
"வரமாட்டே ம் போ."

"சீனி முட்டாயே வா!"
"வரமாட்டே ம் போ."

சில சமயம் "தப்பிளி முண்டயே வா" எனவும், பீ தின்னி நாயே வா.." என்றும்கூட அழைப்பு வரும்.

ஊடல் முடித்து "வந்திட்டே…". என ஓடிவரும் பிள்ளை, தான் அடைகாத்த கைகளைப் பாட்டுப்பாடிய பிள்ளையின் கன்னத்தில் வைத்து உள்ளங்கைச் சூட்டைக் காண்பிக்கும்.

"நல்ல கையே வா" என ஆரத்தழுவுவதும், "நாறக் கையே போ" என தள்ளி விடுவதுமாக ஒரு சுவாரஸ்யமான தள்ளுமுள்ளு நடக்கும். ஆனாலும் அது உட்கார்ந்துகொண்டே ஆடுகிற ஆட்டம். அது இவளுக்குப் பிடிக்காது. சப்பாணி ஆட்டம் என்பாள்.

•

கோவிலின் முன்புறத்துத் திண்ணையில் இவளோடு ஒரே வகுப்பில் படிக்கிற கணேசன் சில ஆண்பசங்களோடு "தானாப்பேனா" ஆடிக்கொண்டிருக்கக் கண்டாள். அது ஒரு சுவாரஸ்யமான ஆட்டம். இவளுக்கும் பிடித்தமான விளையாட்டு. ஆடுவதும் அதனைப் பார்ப்பதுமேகூட மிக சந்தோசமாய் இருக்கும். வேகமாய்ப் போய் கணேசனது பக்கமாய் அமர்ந்தாள்.

கணேசன் திண்ணையில் காலைத் தொங்கவிட்டு அமர்ந்திருந்தான். படுகிறவன் (தோற்றவன்) கணேசனின் காலடியில்- தரையில் கூப்பிய கைகளுடன் அமர்ந்திருக்க, கும்பிட்ட கையில் குச்சியோ பிரம்போ சொருகப்பட்டிருக்கும்..அவனது பின்தலை கணேசனின் முழங்கால் முட்டியைத் தொட்டபடியிருக்க கணேசன் அவனது இரண்டு கண்களையும் தனது இருகைகளாலும் இறுக மூடியிருப்பான்..

ஆட்டத்தில் இருக்கும் பையன்கள் அவர்கள் முன்னால் வரிசைகட்டி நின்றிருப்பார்கள். ஒரொருத்தனாய் வந்து கண்கள்

பொத்தி உட்கார்ந்திருப்பவனின் கையிலிருக்கும் குச்சியினைத் தொடவேண்டும். அப்படித் தொடுகிறபோது ராகம்போட்டுப் பாடுவான் கணேசன்.

"தானாப் பேனா
தந்திரிப் பேனா
யாரு பே.. னா.. ஆ. .?"

கடைசி வார்த்தையினை மட்டும் நீட்டிச் சொல்லுவான். கண்ணைமூடி உட்கார்ந்திருப்பவன், தன் கையிலிருக்கும் குச்சியினைத் தொட்டுக்கொண்டிருப்பவனின் பெயரைச் சொல்ல வேண்டும். சரியாகச் சொல்லிவிட்டால், உட்கார்ந்திருப்பவன் எழ, தொட்டவன் கீழே உட்கார்ந்து கண்களைப் பொத்தி குச்சியினைப் பற்றிக்கொள்ள வேண்டும். தவறாகச் சொன்னானேயானால் தொட்டவன் போய் ஒளிந்துகொள்வான். அடுத்தவன் வந்து தொடுவான். அவனுக்கு ஒரு 'தானா பேனா'வை கணேசன் பாடுவான். ஆட்டத்திலிருக்கும் யாரையாவது சரியாகச் சொல்வது வரைக்கும் கணேசனின் பாட்டு தொடர்ந்து கொண்டேயிருக்கும். யாரையுமே சரியாகச் சொல்லாதபோது, ஒளிந்துகொண்டிருக்கும் பையன்களை இவன் எழுந்து கண்டுபிடிக்க வேண்டும் அதற்காக, எல்லோரும் ஒளிந்துகொண்டார்களா என்பதை உறுதிசெய்து கொண்டபிறகே கணேசன் உட்கார்ந்திருப்பவனின் கண்களைத் திறந்துவிடுவான். அவன் எழுந்து ஒவ்வொரு பையனாய்த் தேடிக் கண்டுபிடிக்க வேண்டும். அந்தத் தேடலின்போது எதிர்பாராமல் தேடுகிறவன் அவன் பின்னால் வந்து அவனது முதுகில் 'ஐஸ்' எனச் சொல்லி அறைந்துவிட்டால் மறுபடி அவனே 'பட' வேண்டும். எந்த வில்லங்கமும் இல்லாமல் அத்தனை பசங்களையும் கண்டுபிடித்துவிட்டால் முதலில் கண்டுபிடிக்கப்பட்டவன் 'படு'வான்.

இந்த விளையாட்டு இவளுக்கு ரெம்பவும் பிடித்தமானது. ஒவ்வொரு நிமிசமும் விழிப்பாய் இருக்க வேண்டும் எனச் சொல்கிற ஆட்டம். கண்களைப் பொத்தி குச்சியைக் கையில் ஏந்துகையில் தந்து, கையிலிருக்கும் குச்சியினைத் தொடுகிற நபரை மூடிய கண்களுக்குள் தேடுவதில் துவங்கி ஆட்டத்தின் இறுதிநிலையில் ஒளிந்துகொண்டிருப்பவர்களை இருளுக்குள் தேடி அலைகிறபோது

பின்புறத்திலிருந்து வரும் தாக்குதலையும் எதிர்பார்த்து உடம்பு முழுசும் கண்களாய் விழித்திருந்து ஆடவேண்டிய நுட்பமான ஆட்டம்.

கொஞ்ச நேரத்தில் கணேசன் இவளிடத்தில் குச்சியைக் கொடுத்தான். "சித்த நேரம் பாடுறியா.. ஒண்ணுக்கு வருது." எனக் கீழிறங்க, இவளுக்குச் சந்தோசம் பிறந்தது.

"சேரி டா" என நகர்ந்து அவனது இருக்கையில் அமர்ந்து கொண்டாள். பாவாடையைச் சுருட்டிக் கால்களுக்குள் புதைத்துக் கொண்டு, கீழே அமர்ந்திருப்பவனின் தலையைத் தன்னுடைய முழங்கால் முட்டியில் ஒட்டிவைத்தாள்.

"கணேசனுக்குப் பதுலா நான் பாடறேன்..." அறிவித்துவிட்டுத் தொடரலானாள். "தானா..பேனா..."

கணேசனைப் போல அல்லாமல் இவள் கீழிருந்தவனின் கண்களை இறுகப் பொத்தினாள். பட்டவனுக்கு கண் அமுங்கிப்போன மாதிரி இருந்தது. "இறுக்கமாப் பொத்தாத புள்ள, கண்ணு வலிக்கிது." இவளது விரல்களைப் பிடித்துத் தளர்த்தினான்.

"எடசந்துல பாத்துற குடாது. ஆமா..!" கொஞ்சம் தளர்வாய்க் கண்களைப் பொத்தி ஆ(பா)டினாள்.

சொன்னபடியே கணேசன் சீக்கிரமாய் வந்தான். இவளுக்கு ஆட்டத்தை விட்டு எழ மனசில்லை. "நானும் ஆட்டைக்கி வாரண்டா.." கெஞ்சினாள்.

"யே பொம்பளப் பிள்ளைகளெல்லாம் வேணாண்டா." கீழிருந்தவன், சங்கூதுவதுபோலக் கத்திப் பேசினான்.

"அன்னிக்கி மட்டும்,. வேணி, சித்ரா, லதா, ரோசாவெல்லாம் சேத்தீக?." என்றோ நடந்ததை நினைவூட்டினாள்.

"நாங்க ஒளியற எடத்தல எல்லாம் ஒன்னால ஒளிஞ்சிற முடியாது. புளுக்கு புளுக்குன்னு பட்ருவீக..."

"லே.. அன்னிக்கெல்லா ஒருவிசக்காக்கூட நாம் படவே இல்ல, தெரீமா, என்னடா கணேசா?"

இவள் லீடரைச் சாட்சிக்கழைப்பது கண்டதும் கீழிருந்தவன் சட்டென கொள்கையை மாற்றி தான் தப்பிக்கும் உபாயம் கண்டான்.

“சரி. ஒன்னியச் சேக்கணும்னா, நீதேம் படணும் சரியா? என்னா கணேசா!” ரெம்ப நேரமாகியும் இன்னமும் யாரையும் சரியாய் அவன் சொல்லவில்லை. இன்னமும் எத்தனை நேரம் கீழேயே உட்கார்ந்திருக்க வேண்டுமோ. கணேசனுக்கு ஒன்றுமில்லை. அவன் லீடர் யார் வந்தாலும் போனாலும் பாடுவது மட்டுமே அவன் வேலை.

இவள் கொஞ்சம் யோசித்தாள். எப்படியும் ‘சாட் பூட் திரி அல்லது காயா பழமா’ போட்டுத்தான் புதியவர்களைச் சேர்ப்பார்கள். இவன் நேரடியாய்ப் பட்டுவரச் சொல்கிறான். மற்றவர்கள் எதுவும் பேசாத நிலையில் தான் ஆட வேணுமென்றால் ‘பட’ வேண்டியதுதான். சரி, எனச் சம்மதித்தாள்..

பாவாடையை உதறி ஒழுங்குபடுத்திக்கொண்டு கீழே உட்கார்ந்தாள். கணேசன் இவளது கண்களை மூடுவதற்கு வருகையில் “அல்லாரையும் கூப்புடு. ஒர்க்காப் பாத்துக்கறேன்,” என்றாள். ஆட்டத்திலிருந்த அத்தனை பேரையும் வரவழைத்தான். ஒவ்வொரு முகமாகப் பார்த்து பெயரை உச்சரித்து நினைவில் ஏற்றினாள். “சரி பொத்திக்க.”

கணேசன் ஆட்டத்தைத் துவக்கினான்.
தானாப் பேனா,
தந்திரி பேனா..
யாரு பேனா...?”

குச்சியினைத் தொட்ட அழுத்தம், அழுத்தத்தின் வலு, எதிரே நிற்பவனின் மணம், அவனது செருமல், கசிகிற சிரிப்பு, வேகம், ஏனைய சப்தம் அத்தனையும் கிரகித்து யூகமாய்ச் சொன்னாள்.

“விக்கி பேனா..!”

“விக்கி இல்ல. ஓடிப்போய் ஒளிஞ்சிக்க.” கணேசன் அவனை விரட்டியதும், இன்னொரு கை குச்சியைத் தொட்டது,. மீண்டும் கணேசன் பாடினான். அவனையும் இவளால் சரியாகச் சொல்ல முடியவில்லை. அடுத்து வந்தவனைச் சொல்லச் சற்று நேரமெடுத்தாள். அவனது விரலைத் தொட்டுப்பார்க்க விழைந்தபோது, கணேசன் தட்டிவிட்டான். “இது கள்ளாட்ட” எச்சரித்தான். கடைசிவரை இவளால் யாரையும் சரியாய்ச் சொல்லமுடியவில்லை.

எல்லோரும் ஒளிந்துகொண்டனர். கணேசன் ஒப்புதல் கேட்டான். "அல்லாரும் ஒளிஞ்சிகிட்டாச்சா.. விடப்போறே. விடப்போறே. விடப்போறே... விட்டாச்ச்..." ஊருக்கே கேட்கும் வண்ணம் குரலெடுத்துக் கத்தினான். உடனே இவளது கண்ணிலிருந்து தனது கைகளை நீக்கினான்.

நெடுநேரம் மூடியிருந்த கண்கள் படக்கெனத் திறந்ததும் அண்டமெல்லாம் பூச்சி பறந்தது. தெருவிளக்கின் வெளிச்சம் கூசியது. விழிப்பாவையைத் தாழ்த்திக்கொண்டாள். சில வினாடி தரையில் பார்வையை ஓடவிட்டு, மீட்டெடுத்தாள். தெளிவு கிட்டியதும் நின்ற இடத்திலிருந்தபடியே ஒளிந்திருப்பவர்களின் மறைவிடத்தை நோட்டம் விட்டாள். கோயில்வீட்டுச் சுவரின் சுணக்கு, பெட்டிக்கடைச் சந்து, விளக்குக் கம்பத்தின் பின்பக்கத்து மறைப்பு... .

யூகித்ததைப் போலவே பெட்டிக்கடைச் சந்தில் வெள்ளைச் சட்டைக்காலர்கண்ணில் பட்டது. கல்களைஅகலித்து மெள்ளமெள்ள நடந்து பக்கமாய்ப் போய் நின்றாள். உள்ளே ஒளிந்திருப்பது ஒருத்தனா இரண்டுபேரா, தெரியவில்லை. முதலாமவனைத் தொட்டநேரத்தில் உள்ளிருந்து அடுத்தொருவன் படாரென "ஐஸ்' அடித்து அவுட்டாக்கிவிடலாம். எட்ட நின்றபடிக்கே வெள்ளைச் சட்டையைப் பிடித்திழுத்தாள். அவனது பெயர் தெரியவில்லை. "வெள்ளச்சட்ட ஐஸ்ஸொண்ணு" என்றாள்.

"அய்யோ அய்யோ" என அலறியபடி விக்கி வெளியேவந்தான். அவனைத் தவிரவும் இன்னொருத்தன் உள்ளுக்குள் குறுகிக் கிடப்பது தெரிந்தது. "ஐஸ் நம்பர் ரெண்டு, வெளீல வாடா, நான் பாத்திட்டேன் .." உள்ளிருப்பவன் வெளியேறாமல் மேலும் உள்ளுக்குள் பம்மினான். "லே நா கண்டுபிடிச்சிட்டேன்... நாகு." ஒரே இடத்தில் இருவரைக் கண்டுவிட்ட பெருமிதத்தில் இவள் குனிந்து நாகுவின் சட்டையைப் பற்றி இழுத்தாள்.

"சட்டய விடு கிழிஞ்சிரும் ஓ ஓ" என ராகம் பாடியபடி வெளியேறின பொழுது,

"அ ய் ஸேய். டப் அய்ஸ்!" என்றபடி கோயில் சுவரின் மறைவிலிருந்து வெளிப்பட்ட விஸ்வேஸ்வரன் இவளது முதுகில் அடித்து இவளை அவுட் ஆக்கினான்.

"யே. விசுவு டப் பய்ஸ் அடிச்சி, அவ்ட் ஆக்கிட்டான் எல்லாரும் வெளீல வாங்க!" விக்கி உற்சாகக் குரல் விடுத்தான். அது மற்றவர்களையும் தொற்றிக்கொள்ள அனைவருமே கூச்சலிட்டார்கள். விஸ்வேஸ்வரன் தான் அவுட் ஆக்கிய விவரத்தை எல்லோருக்கும் நடித்தும் காண்பித்தான்.

மறுபடியும் இவள் குச்சியைப் பிடித்து உட்கார்ந்தாள்.

"தானாப் பேனா.."

கணேசன் ராகம் போட்டுப் பாடலானான்.

•

"அப்ப நாங்க கெளம்பறம் நீங்க பாத்துக்கங்க.." வெளியூர் பெரியப்பாக்கள் இரண்டுபேரும் துண்டை உதறியபடி எழுந்தார்கள்.

"எங்க கெளம்பறீங்க?"

"ஊ.. ஊருக்குத்தான். மாடு கண்டுகளப் பாக்கணும்ல! தீவனம்கூடப் புடுங்கிப் போடாம வந்தாச்சு...."

"இங்கமட்டும் எல்லாம் புடுங்கிப் போட்ருக்காக்கும்?"

"என்னா, கோவமா பேசறீக.."

"கோவப்படாம? என்னமோ கலியணம் முடிச்ச சோடிகள மறுவீட்டுக்குக் கொணாந்து விட்டுப்போன மாதரி ராத்தலா பேசறீக, களவாணிப் பொருளக் கொணந்து போட்டுட்டுப் போறீங்க, தெரீமா?"

"இதென்னா பேச்சு..." வெளியேறியவர்களிடம் சுருதி குறைந்தது.

"பேச்சா? அங்க ஒரு கலியாணத்தவே கலச்சிப்புட்டு வந்துருக்கீங்க, இங்க வந்து நிம்மதியா ஒறங்கீறலாம்னு நெனைக்கறீங்களாக்கும்?"

"அப்ப, எவனாச்சும் இங்கவந்து கலாட்டா பண்ணுவாகன்னு நெனைக்கிறியா?"

"ஆமா- --வெவரணையா வெளக்கு வச்சுச் சொல்லணுமாக்கும்... சரி, நீங்க என்னா வெண்ணெக்கி இங்க கூட்டிவந்தீக?"

"ஒண்ணு கெடக்க ஒண்ணு ஆயிறக்குடாதுன்னுதே..."

“இப்பமட்டும்? வாய்தாமுடிஞ்சிருச்சா? ஒருகல்யாணப் பொண்ண காணாக்கிப்போட்டு எந்த அப்பனும் கண்ணொறங்குவானா? அவத்தப்பயலாவே இருந்தாலும் தன் சத்துக்கு தக்கன, அவனும் ரெண்டு ஆளவச்சு அலசுவான்ல? இங்க இருக்க தாக்கல் தெரிஞ்சு ஆளும் படையுமா வந்தா?”

“ம்...? அடிபெத்து மிதிபெத்து ரெண்டு அப்பிராணிப் பிள்ளைகள காவுகுடுக்க வேண்டிதேன்..” தாத்தாவின் துவக்கத்திற்கு அப்பாயி முடிப்பு செய்தது.

மாப்பிள்ளையும் பொண்ணும் முகம் வெளிறிப் போனார்கள்.

உறங்கிவிழுந்துகொண்டிருந்த அம்மாவுக்கு இப்போது உதறல் எடுத்தது. “இன்னிக்கி சிவராத்திரிதே, எடுபட்ட சனியங்களுக்கு வேற எடமா கெடைக்கல? இங்கவந்து நம்ம தலயத்தே உருட்டணுமா.. நாமளே என்னமோன்னு கெடக்க, வென வந்து வேர்பிடிச்சு நிக்கிது. என்னா குந்தக்கேடு பண்ணக் காத்திருக்குதுகளோ.. ஆத்தா ஈஸ்வரி, இப்பிடி வீதில போற வேதாளத்தயெல்லா வீடேறிவந்து ஆடவிடுறியே. .இது ஒனக்கு சரியா?”

சூடேறிப் பேசியவர்களை அப்பா அமைதிப்படுத்தினார். “பொறுங்க, பொறுங்க, அமைதியாப் பேசுங்க. ஆளுக்குக் கொஞ்சம் ஏதாச்சும் சாப்புடுவம். சாப்பிட்டுப் பேசலாம்.”

“என்னாத்த சாப்புட?” சலித்தபடி சாப்பாட்டுக்குத் தயாரானார்கள். தாத்தா முதல்ஆளாய்க் கைகழுவினார். பசி தாங்காத வயிறு.

பொண்ணுப்பிள்ளை மட்டும் சாப்பிட மறுத்தது. கண்களில் அழுகையை அடக்கி வைத்திருந்தது. யார் தோளாவது கிடைத்தால் அப்படியே சரிந்து துக்கத்தைக் கொட்டத் தயாராய் இருந்தது.

மாப்பிள்ளைக்காரன் பெண்ணின் காதில் கிசுகிசுத்தான். “மே, இந்தா, மே, பேருக்காச்சும் கொஞ்சூண்டு சாப்டு. அவக தப்பா நெனச்சுக்குவாக....”

“ம்ஹூம்.”
“ச் சொன்னாக் கேக்கணும்...”
“வேணா...” பற்களை இறுகக் கடித்துக்கொண்டு பேசியது.

அதுகண்ட அப்பாயி அருகேவந்தது. "என்னா ஆயா, சரிசரி நாம வாங்கிவந்த வரம் அப்படி. ஏங் கலியாணமெல்லா டாம்டும்னு ஏழுநாள் நடந்திச்சு. ஒனக்கு இப்பிடி எழுதீருக்கான். ஏட்டத்திருத்த முடியுமா? இதுவும் ஒரு நல்லதுக்குத்தேன்னு நாம மனசத் தேத்திக்கணும். அந்த கழுதப்பய கடவுளு எதிலயும் ஒரு கருத்த வச்சிருப்பான். அத இன்னிக்கி நமக்குக் காட்டமாட்டான் பொறுமையா இருந்தோம்னா நல்லதே நடக்கும். ஏதொரு சீவாத்திக்கும் எந்த தீங்கும் செஞ்சதில்லீல்ல. எந்திரி, ராப்பட்டினி கெடந்தா கால் கென்ற புடிச்சுக்கும். என் ஆயில்ல. ஒருவா ஒருவா மட்டும் வாயில போட்டுக்க." அப்பெண்ணின் தோளை அப்பாயி தொட்டதுதான் தாமதம், அடுத்த நொடியில் அடைத்திருந்த அழுகை ஆறாய்ப் பெருக்கெடுத்தது. அப்பாயியை இறுகக் கட்டிக்கொண்டு கதறியது. வழிந்த கண்ணீரில் அப்பாயி உடுத்தியிருந்த சேலை நனைந்து மாரில் குளிரெடுத்தது.

சாப்பிட உட்கார்ந்திருந்த எல்லோரையும் அது இம்சித்தது. அம்மாவும்கூட எழுந்து வந்து தேறுதல் சொன்னது.

"யே நாயி! வாரப்ப எம்புட்டு வீரப்பா வந்த, இப்ப என்னா வந்திருச்சு. ஒண்ணும் ஆகாது.. நாங்கல்லாம் இருக்கம்ல. எல்லாம் நல்லதே நடக்கும். வா, வந்து சாப்புடு!"

மாப்பிள்ளைப் பையனுக்கும் முகம் அருள்சூம்பி, வெளிறியது. முகத்தை நெளித்துக்கொண்டு சாப்பாட்டைக் கோழி கிண்டுவது போலக் கிண்டிக்கொண்டே இருந்தான். அப்பா மட்டும் அந்த நேரம் அமைதியாகவும் வேகமாகவும் சாப்பிட்டார்.

வாசலில் இவளது தங்கச்சிகள் மூன்றுபேரும் வந்து நின்றனர். கைக்கழுவ வெளியில்வந்த அப்பா, "நீங்களும் போய்ச் சாப்பிடுங்க நேரம் பத்தாதா?" விரட்டியவர், "அக்காள எங்க?" கேட்டார்.

" நாங்க பாக்கலப்பா, தெரியாது." என கோரசாகச் சொன்னார்கள்.

"வெளீல எதுக்கு நிக்கறீக, ஒறங்க வேணாம்? மணி எத்தன..! உள்ள வாங்க." அம்மா கூப்பிட்டது.

"பத்தாகப் போகுது." மாப்பிள்ளைக்காரன் சொன்னான்.

"பத்தா?" ஏதோ ஒரு வேகம் பற்றிக்கொண்டது போல அப்பா, உள்வீட்டுக்குள் நுழைந்தார். அப்பாயி, புதுப்பொண்ணுக்கு புத்திசொல்லிக்கொண்டிருந்தது.

ம. காமுத்துரை | 57

“எங்க காலம் மாதரியா இப்ப இருக்கு, இருந்தாலும் இந்தக் காலத்துப் பொம்பளப்பிள்ளைகளுக்கு தகிரியம் ஜாஸ்திதே.. அம்பிட்டு வேகாளமா வீட்டவிட்டு வந்தபுள்ள, இப்பிடி அழுதா என்னா கணக்கு? என்னிக்கும் தெம்ப உட்றக்குடாது.”

வீட்டுக்குள் ஆலங்கில் தொங்கிக்கொண்டிருந்த சட்டையை எடுத்துப் போட்டுக்கொண்ட அப்பாவின் காதில் அந்த வார்த்தை சுளீரெனத் தைத்தது.

“எங்கடா இன்னேரத்தில இம்பிட்டு அவசரம்?.”

“ம். விடிஞ்சி வெள்ளக்கோழி கூவப்போவுது. நம்மவீட்டு 'தலசு' இன்னம்வந்து வீடடையல பாத்தியா?”

”சரி சரி அடியாமக் கூட்டிவா. ரவ்வுப் பொழுதுல காச்சுமூச்னு கத்தவெக்காத!”

அப்பாயி சொன்ன சொற்கள் அப்பாவை அடைந்ததாகத் தெரியவில்லை. செருப்பைக்கூட அணியாமல் வீதியில் இறங்கினார்.

வெள்ளையன் நான்காவது முறையாகப் ‘பட்டு’வந்தான். அதனால் முகத்தில் வெறி ஏறி இருந்தது. “எல்லாரும் ஒளிஞ்சிக்கங்க விடப்போறே.. விடப்போறே...” எனகத்திய கணேசன், “விட்டாச்சு” என்றபடி வெள்ளையனை எழுப்பிவிட்டான்.

வெள்ளையன் கண்களைத் தேய்த்துக்கொண்டே பெட்டிக்கடைச் சந்துக்கு ஓடினான். எல்லா ஆட்டத்திலும் யாராவது ஒருத்தன் அங்கேதான் பதுங்கிக் கொள்கிறான். நன்றாக இருட்டுக் கட்டிய இடம். பத்துப்பேர் நெருக்கியடித்து நின்றாலும் மறைத்துக் கொள்ளுகிற இருள். முடக்குச்சந்தில் ஒரு காலை வைத்து, மறுகாலை கடையின் முனையில் போட்டு பின்னால் திரும்பி நோட்டமிட்டபடியே இருளுக்குள் கைவிட்டுத் துழாவினான். ஒரு சட்டை அகப்பட்டது. இழுத்தான். மேலும் குனிந்தால் தன்னை உள்ளே இழுத்துப்போட்டு ஆளுக்காள் அடித்து அவுட்டாக்கி விடுவார்கள்.

“விக்கி வெளீல வா . ஐஸ் ஒண்ணு.!” வெளியில் வந்தவனோ விஸ்வேஸ்வரனாய் இருந்தான். சடாரென முதுகில் அடிக்கப் போனவனிடமிருந்து விலகி, “விசுவு, ஐஸ் ரெண்டு” என்றதும் விக்கியும் வெளியேறி வந்தான்.

"அம்புட்டுத்தே, உள்ள வேற ஆருமில்ல." எனக் கைவிரித்துச் சொன்ன விக்கியை வெள்ளையன் நம்பவில்லை. முன்போல் குனிந்து கைவிட்டுத் துழாவினான். பாவாடையின் நுனி சிக்கியது.

"யே, பாவாடைய விடுறா, வாரண்டா..." என அலறிய குரலைக் கேட்டு, "வெளீல வா பிள்ள, ஐஸ் மூணு" என வெள்ளையன், வெற்றிக் களிப்பில் குதித்தான். குனிந்து இவள் தலையை வெளியில் நீட்டியதும் கழுத்தைப் பிடித்து இழுத்து முதுகில் ஒரு போடு, அது, இடியாய் இறங்கியது. பையன்கள் மொத்தமும் அரண்டுபோனார்கள்.

"பிச்சக்கார நாயே, நேரம் எத்தன, வயசு எத்தன...ஆம்பளப் பயகளோட இருட்டு நேரத்துல வெளாட்டு கேக்குதா?" அடுத்து ஒரு அடி, அழக்கூட இவளுக்கு அவகாசம் இல்லை.

கோயிலிலிருந்து பூசாரி ஓடிவந்தார். "என்னா மனுசனப்பா, பொம்பளப்பிள்ளய இப்படியா வகதொக இல்லாம அடிப்பாக,..." அப்பாவைச் சத்தம் போட்டார்.

"பத்துவயசு முடியப் போகுது பெரியய்யா. இதுவரைக்கும் வகதொக இல்லாமத்தான் வளத்துட்டேன்..." இவளது பின்கழுத்தில் கைப்போட்டு வீட்டுக்குத் தள்ளிக்கொண்டு போனார் அப்பா.

அன்றுதான் முதன்முதலாய் அசிங்கத்தை உணர்ந்தாள்.

அலை 4

ஆறுமாதத்திற்கு முன்பு உப்புக்கோட்டை மாரியம்மன் திருவிழாவுக்காக இவள்வீட்டில் அத்தை வீட்டுக்குப் போயிருந்தார்கள். ஊரில், அம்மனுக்குப் பொட்டிதூக்கும் வகையறா, அத்தைவீட்டுக்காரர்கள்.- முதல்மரியாதை வாங்குகிற குடும்பம். அதனால் திருவிழாவின் சடங்குகளத்தனையும் ஆதியோடு அந்தம்வரைக்கும் அருகிலிருந்து பார்க்கும் பாக்கியம் கிட்டும். இதற்காகவே ஒவ்வொரு வருசமும் மாமா, இவர்களுக்குத் தபால் போட்டுவிடுவார். சித்திரை மாசத்தில் நாலுமூலையிலும் மஞ்சள் தடவிய தபால் வருகிறதென்றாலே எல்லோருக்கும் புரிந்துவிடும். அம்மாச்சியானால் அந்தத் தபாலை போஸ்ட்மேனிடம் பவ்யமாய் வாங்கி சாமிபெட்டிமேல் வைக்கும். தாத்தாவின் பார்வைக்காக.

“உப்புக்கோட்டைலருந்து மருமகெ காய்தம் எழ்தீருக்காரு...” என்று அம்மாச்சி, தபாலைத் தாத்தாவிடம் எடுத்துத் தருகிறபோதே, இவளும், தங்கைகளும் அதிலிருக்கும் வாசகங்களைக் கடிதத்தைப் பார்க்காமலேயே மனப்பாடமாய் ஒப்பிப்பார்கள்.

சிரஞ்சீவி மாமா, அத்தை மற்றும் மைத்துனர் – தங்கை, மற்றுமெங்கள் செல்ல மருமக்கமார்கள் அனைவருக்கும் – தாங்களும் தங்கள் குடும்பத்தாரும் என்றென்றும் க்ஷேமமாய் இருக்க எல்லாம் வல்ல ஆண்டவனைப் பிரார்த்தித்துக் கொண்டிருக்கும் – தங்கள் மருமகன் பவ்யமாய் எழுதிக்கொள்வது என்னவென்றால்,

இவ்விடத்தில் யாவரும் நலம், அதுபோல் அவ்விடத்தும் அத்தனைபேரும் தேகாரோக்கியத்துடன் இருக்கவே பிரியப்படுகிறேன். மேலும் ஆங்கு மழை, இன்னபிற நல்லனவெலாம் திருப்திகரமாய் இருக்குமென நம்புகிறேன்.

மாமா, எங்களூரில் வழமைபோலவே இந்தாண்டும் எதிர்வரும் சித்திரை மாசத்தில் அருள்மிகு குலம்காக்கும் மாரியம்மன் உற்சவத் திருவிழா நல்லமுறையில் ஏற்பாடாகியுள்ளது. தங்களைப் போன்ற பெரியவர்களின் ஆசீர்வாதத்தின் பெலனாய் இந்த வருசமும் அமனின் பிரசித்திபெற்ற பொட்டிதூக்கும் பேறு கிட்டியுள்ளது. தாங்கள் அறியத் தெரியப்படுத்திக் கொள்கிறேன். அதுசமயம், நமதுகுடும்பத்தார் அனைவரும் வந்திருந்து, அம்மனின் வைபவத்தைக் கண்டுகளித்து அம்மனின் பேரருள் பெற்றிட வேணுமாய் மிகவும் தாழ்மையுடனும் தயையுடனும் விரும்பி அழைக்கிறேன். மேற்படி திருவிழா தினத்திற்கு ஒருவார காலம் முன்னமே வந்திருந்து சிறப்பிக்க வேண்டுமென்பது எங்களது குடும்பத்தார் அத்தனைபேரின் அவா.

ஆண்டவன் சித்தம்.

என்றென்றும் அன்புடன்,

கா.வீ. வில்லாயுதம் பிள்ளை, & குடும்பத்தார்,

உப்புக்கோட்டை.

“சிரஞ்சீவி... ன்னா என்னாக்கா?” தங்கைகள் இவளிடம் கேட்டார்கள்.

“தாத்தா பேரா இருக்குமா? ஒருவேள, பட்டப்பேரா!”

“தாத்தா பேரு சிரஞ்சீவியா...” அம்மாச்சியிடம் வந்தார்கள்.

“அனுமார் சாமிய அப்பிடிக் கூப்புடுவாக.” அம்மாச்சியும் தெளிவில்லாமலே பதில் சொன்னது.

“தாத்தா பேரு அனுமாரா. ஹே அனுமார் தாத்தா!”

“சிரஞ்சீவின்றது உயிரளிக்கக் கூடிய ஒரு தாவரம். மரம். இல்ல, செடி. தூங்கிகிட்டே இருக்கவங்கள கும்பகர்ணன்னு சொல்றாப்பல, தபால் எழுதுறப்ப மரியாதைக்கி சொல்லக்கூடிய ஒரு வார்த்தை...”

உப்புக்கோட்டை அத்தை, ராமாயணக் கதை சொல்லி, ராமரும் லட்சுமணரும் ஆபத்தாகிக் கிடந்த சூழலில் அனுமார் மலையினைத் தூக்கிவந்து உயிர்பிழைக்க வைத்ததில் துவங்கி இப்படி முடித்தது.

எப்போதுமே உப்புக்கோட்டைத் திருவிழாவுக்கு பிள்ளைகள் எல்லோரும் அம்மாச்சியோடு ஓரிரு நாளைக்கு முன்னாலேயே போய்விடுவது வழக்கம். மாமா ‘சைவாள்’ ஓட்டல் நடத்திவந்தார் ஊரிலிருந்து வீட்டுக்குப் போகும் வழியில் ஓட்டல் இருந்தது. வீட்டுக்குப் போகும்முன் ஓட்டலில் தலையைக் காண்பித்துவிட்டுச் செல்வதுண்டு. பலகாரம் போட்டுக்கொண்டிருந்தால் சூடாய்க் கிடைக்கும். அம்மாச்சி வந்தால் கடைக்குப் போகவிடாது. ‘வீட்டுக்குப் போவம் எனத் திட்டும். அப்பாவோடோ தாத்தாவோடோ வந்தால்தான் கடைக்குள் நுழைய முடியும். இவளுக்கு முறுகலான பெரிய்ய தோசை சாப்பிட மாளாத ஆசை. வீட்டாள்களுக்கு ஊத்தாப்பம்தான் போட்டுக் கொடுப்பார்கள். இவளுக்குமட்டும் மாமா ‘ரோஸ்ட் ஒண்ணு முறுகலா’ என மாஸ்டருக்குக் குரல் கொடுப்பார். அந்தமுறை அங்கே சாப்பிட்ட ரோஸ்ட்டுக்குப் பிறகு வேறு எங்கும் சாப்பிட வாய்க்கவில்லை. அதுவே கடைசித் தோசையாகிப் போனது.

திருவிழாக் காலத்தில் மாமா, கடைக்கு மூன்று நாளும் லீவு விட்டுவிடுவார். மற்ற கடைகள் திருவிழாவுக்கென விசேசமான பலகாரங்கள் தயார்செய்து விற்க,. இவர்மட்டும் மஞ்சள்நீர் ஆடியபிறகே கடைதிறப்பார். அம்மாச்சிக்கு வயிற்றெரிச்சலாய் இருக்கும். “சனத்தக் கண்டு ஏவாரம் செய்யவேண்டாமா...”

“வருசமெல்லாந்தே ஏவாரம் பாக்கறம். அம்மனச் செமக்குற நாளயில வீட்டுல ஒருகாலு, வெளில ஒருகாலா வச்சிருந்தா நல்லாவா இருக்கும்?”

சரியாக மூணாம்நாள், முளைப்பாரி சுமந்து, ஆற்றில் கரைத்துவிட்ட நிமிசத்தில் கடை திறந்துவிடுவார். காப்பி, டீ துவங்கி, கேசரி, வடை மட்டும் அன்று போடுவார். இட்லி தோசை எல்லாம் மறுநாள்தான்.

அந்தமுறையும் சாமி அலங்காரத்திலிருந்து சப்பரம் (தேர்) இழுக்கும் வரையிலும் அம்மனை அங்குலம் அங்குலமாய் அருகிருந்து பார்க்கமுடிந்தது. அதிகாலையில் ஊர்மக்கள் மாவிளக்கு ஏந்திவந்தனர். விடிந்ததும் வீடுதவறாமல் பொங்கல்வைத்துத் தேங்காய் பழ அபிசேகம், அர்ச்சனை என்று செய்தனர். அதுமுடிந்து மதியவேளை கடந்ததும் அக்கினிச்சட்டி ஏந்தி ஊர்சுத்தி வந்து நேர்த்திக்கடன் நிறைவேற்றினர்.

திருவிழாவுக்காக ஊரை அடைத்துப் பந்தல் போட்டு, மின்விளக்குகளால் வண்ணமயமான அலங்காரங்கள் செய்வித்து, மூலை முடுக்கெல்லாம் ஒலிபெருக்கிகள் கட்டிக் காது கிழியுமட்டும் அலறவிடுவார்கள்.மூணாம்நாள் மஞ்சள்நீராட்டி, முளைப்பாரி சுமந்து வருவார்கள். வீடுதவறாமல் முளைபோட்டிருப்பார்கள். வீட்டுப் பெண்கள் இருப்பைப் பொறுத்து இரண்டுமூன்று கூட வளர்ப்போர் உண்டு. முதல்நாள் அத்தனையும் கோயில்வீட்டில் சேர்த்துவைத்துக் கும்மியடித்துத் தானானே பாடிவிட்டு, ஊர்வலத்தன்று அவரவர் முளைப்பாரியினை எடுத்துக்கொண்டு அம்மன்கரகம் முன்னால் செல்ல, ஊரைவலம் வந்து ஆற்றுக்குள் கரைக்கப் பொழுதடைந்துவிடும்.

வருசாவருசம் இவளுக்கும் ஒரு முளைப்பாரி போட்டுவைப்பார்கள். கோயிலிலிருந்து தலையில் சுமந்து வருவது இவளாயிருந்தாலும், ஊருக்குள் சில இடங்களில் தங்களுக்கும் வேண்டுமெனத் தங்கைகள் கெஞ்சுவார்கள். கே கே என ஒரு கசமுச நடக்கும். அம்மாவும் அத்தையும் இவளைச் சமாதானம் பேசி, ஆளுக்குக் கொஞ்சநேரம் சுமக்கச் செய்வார்கள்.

எந்தமுறையும் இல்லாதபடிக்கு இவளுக்கு அந்தமுறை முளைப்பாரி சுமக்கையில் ரெம்பவே ஆயாசமாக இருந்தது.. தலையில் ஏற்றி வைத்ததும் பாரமாக உணர்ந்தாள். தங்கச்சிகள் கேட்ட பொழுதெல்லாம் சண்டை சத்தமில்லாமல் தாராளமாய்த் தந்தாள் ஒருவேளை அருள் இறங்கிச் சாமியாடி விடுவோமோ

என்றுகூட எண்ணினாள். பலபேர் முளைப்பாரிக் கூடையைத் தலையில் தூக்கி வைத்ததுமே தரையில் கால்பாவாமல் சாமியாடக் கண்டிருக்கிறாள். அப்படி ஏதும் தனக்கும் நேர்கிறதா?... தன்னையே உற்றுப்பார்த்தாள்..

கைகால்களில் உளைச்சலும், இடுப்பில் ஒரு கடுப்பும் மெள்ளமெள்ள ஊர்ந்துவருவதாக உணர்ந்தாள். ஊரைச் சுற்றிவந்து முளைப்பாரியைத் தன்னால் ஆற்றில் கரைத்துவிட முடியுமா. என்பது கேள்வியாய் எழுந்தது. இருபுறமும் தன்னைத் தாங்கி வந்துகொண்டிருந்த அம்மாவிலும் அம்மாச்சியிலும் இழைந்து வந்தாள். இவளது அந்தப் போக்கில் எல்லோருக்கும் தெய்வாம்சம் தெரிந்தது.

ஆற்றை நெருங்கநெருங்க, அடிவயிறும் சேர்ந்து இம்சித்தது. கரையிலேயே நின்றுவிட்டாள். தொடையெல்லாம் நடுங்க, "ஒடம்புல என்னென்னமோ செய்யிதும்மா..." என்றபடிக்கு அம்மாவையும் அத்தையையும் இறுகப் பிடித்தபடி, கரையிலேயே 'உட்கார்ந்துவிட்டாள்'

ஊர்ப்பெண்களின் மங்கலக் குரவையில் முளைப்பாரிகளெல்லாம் ஆற்றில் கரைய, அம்மாவும் அத்தையும் இவளைக் கைத்தாங்கலாக, வீட்டுக்குக் கொண்டுவந்து சேர்த்தனர். இவளது மடியில் இரும்புக்காப்பு ஒன்றைக் கட்டிவிட்டது அம்மாச்சி. அடுத்த நிமிசமே அம்மா, பிள்ளைகளைப் பூராவும் அழைத்துக்கொண்டு, பஸ்சுக்குக் கூடக் காத்திராமல், வேனில் ஏறி ஊருக்கு வந்துசேர்ந்தது. அன்றைக்கு அப்பாவின் வசவு இன்ன அளவு என்றில்லை.

•

மூணாம்நாள் பெரியமாமா, ஊருக்கு மேற்கேபோய் பெரியநாயக்கர் பண்ணைத் தோட்டத்தில் போட்டிருந்த சோளத்தட்டையில் வாமடைக்கு அருகில் உள்ள பயிராய்ப் பார்த்து ஒருகட்டு அறுத்து வந்தார். நன்கு விளைந்ததும் தண்டு பெருத்ததுமாகத் தட்டைகள் வாய்த்திருந்தன. அம்மாச்சி அனுமார்கோவில் அய்யரிடம் நல்லநேரம் குறித்து வர, மாமா தான் கொண்டுவந்த தட்டையால் வீட்டுக்கு வெளியில் அழகான குடிசை வேய்ந்து, பச்சைத் தென்னங்கிடுகு வெட்டிவந்து தட்டு பின்னி, மறைப்புக் கட்டினார்..

நிறை மரக்கால் நெல்அளந்து, அதன்மேல் வட்டுக் கருப்பட்டியும் கட்டு வெத்திலையும் ஏற்றிவைத்து தலைச் சுமையாய்ச் சுமந்துகொண்டு பெரியஅத்தை அம்மாச்சியோடு வந்து இவளுக்குத் தலைக்குத் தண்ணி ஊத்திவிட்டது. புதுப்பாவாடை, ரவிக்கை,மொடமொடவென உடம்பை உறுத்துகிற தாவணியும் அணிவித்துக் குச்சுவீட்டில் இவளைக் குடிவைத்தார்கள். இரும்புப் பூண்போட்ட உலக்கையை வாசலில் கிடத்திக் காவல் வைத்தார்கள். தோழிகளுடன் விளையாடப் பித்தளையில் வடித்த பல்லாங்குழி ஒன்றும் வாங்கி வந்தார்கள். சாப்பிட, அலுமினியத் தட்டு, தம்ளர், சருவச் செம்பு என இவள்மட்டுமே புழங்குவதற்கான பண்ட பாத்திரங்களோடு சீப்பும், கண்ணாடியும், பவுடர் டப்பாவும் கொடுத்து தனியே உறங்கவிட்டார்கள்.

சடங்கு நடத்துவதற்காக அப்பா, குருக்களிடம் போய்த் தேதி கேட்டுவந்தார்.. முப்பது நாளைக்கப்பறம் சடங்கு செய்தால் தீட்டுக்கழியும் என்றும், விசேசத்துக்கு வருகிறவர்கள் எந்தக் கழிப்பும் கழிக்காமல் கைநனைப்பார்கள், எனச் சொன்னதும் அந்த மாசத்திலேயே வளர்பிறையில் தேதி எழுதி வாங்கினார். உடனுக்குடன் தெக்குத் தெருவிலிருக்கும் கோமுட்டி செட்டியார் சத்திரத்தைப் பேசிமுடித்தார். கிருஷ்ணவேணி அச்சகத்தில் பத்திரிக்கை அச்சடித்து ஊரெல்லாம் கொடுத்துவந்தார் பந்தலுக்கு வீராச்சாமியை அழைத்து வந்து வீட்டுக்கு முன்னால் கிடுகுப்பந்தல் போடச் சொன்னார். அவர் அழகான பந்தல் அமைத்ததுடன் தனது விசுவாசம் காட்டத் துணியலங்காரமும் சேர்த்துப் பண்ணினார். முதல்நாள் குளிர்ந்த பொழுதில் வாழைமரம் ஊன்றியதும், சையது ஒலிப்பெருக்கி நிலையத்தார், தெருவின் நாலுபக்கமும் கூம்புக் குழாய்கள் கொண்டுவந்து கட்டி, பாட்டுப் படிக்கவிட்டார்கள்.

தங்கச்சி சின்னப் பொண்ணு

தலையென்ன சாயுது ...

பாட்டுக்குத் தக்கபடி தெருவிலிருக்கும் சிறுசுகள், பந்தலுக்குக் கீழே வந்து குதியாட்டம் போட்டு ஆடினார்கள்.

சின்னமாமன், தனக்குப் பட்டாளத்தில் லீவு கிடைக்கவில்லை எனக் கடிதம் போட்டிருந்தது. மேலும், லீவுக்கு எழுதிப்போட்டு இருப்பதாகவும், எப்படியும் ரெண்டொரு மாசத்தில் கிடைத்துவிடும், வந்துவிடுவேன்... என்றும் எழுதி இருந்தது.

வீட்டில் முதல் காரியம் என்பதால் தாத்தா தடபுடலாகச் செய்யவேண்டும் என்றார். சொன்னதோடு நில்லாமல், கொட்டு முழக்கோடு விரிகொம்பு கிடா பிடித்து அதற்கு இரண்டு பக்கம் பிடிகயறு போட்டுக் கம்பீரமாக நடத்திவந்தார். இருபத்தொரு தட்டுகளில் சீர்வரிசை ஏந்திய பெண்கள் பின்தொடர, பெரியமாமா முக்கியத் தெருமுனைகளில் பட்டாசுகளைக் கொளுத்தி அதிரச்செய்தார். நிறைவாகச் சத்திரத்தின் அருகில் வந்ததும் நீளமான வெடிச்சரம் ஒன்றைப் பற்றவைத்தார். அரைமணி நேரமாய்ப் படபடவென வெடித்து ஊர்முழுக்கக் கரும்புகையைப் படரவிட்டது.

அவர்கள் எடுத்துவந்த பட்டுச்சேலைதான் இவளுக்குப் பிடிக்கவில்லை. செக்கச்சிவீரென வழுவழுத்த சிவப்பில் சேலையும், அகலக்கறை பாடர் மஞ்சள் சரிகையிலும் ஆகி இருந்தது.

“சேலையில என்னாடி பிடிச்சது பிடிக்காதது? இன்னிக்கிக் கட்டுனா நாளைக்கிப் பழசு. நாம என்னா அய்யமார் பொம்பளைகளப் போல சிவீர் சிவீர்னா இருக்கம் இஷ்டப்பட்ட கலர்ல துணி எடுக்க, நம்ம நெறத்துக்கு இப்பிடியாப்பட்ட மொளகாப்பழக் கலர்தாண்டி எடுப்பாத் தெரியும். துணிய உடுத்திப் பாக்கணும், புள்ளய வளத்துப் பாக்கணும்னு சொலவம் சும்மாவா சொல்லீர்க்காங்க? கட்டிப்பாரு கச்சிதமாத்தே இருக்கும்...” அம்மா தன் தாய்வீட்டுச் சீரை விட்டுக் கொடுக்காமல் பேசியது.

புதுச்சேலை கட்டியதும் மடி நிரப்பினார்கள். ஊர்ப்பெண்கள் எல்லோரும் குலவையிட்டு, நலுங்குவைத்துப் போனார்கள். இவளுக்குக் கழுத்துக் குழியிலும், நெற்றியிலும் சந்தனமும் குங்குமமுமாய் நிரம்பிச் சிவந்துபோனது. அருகில் நின்ற சிறுமிகளுக்குக் குச்சி பிஸ்கட்டும், ஆரஞ்சு மிட்டாயும் செழிப்பமாய்க் கிடைத்தன. நலுங்கு வைத்துக் கழித்துத் தலையைச்சுற்றி வீசப்படுகிற பிஸ்கோத்துகளைக் குறிபார்த்துப் பிடிப்பதில் தங்கச்சிமார்களுக்கும் தெருப்பிள்ளைகளுக்கும் போட்டா போட்டி நடந்தது.

விருந்துச் சாப்பாடு முடிந்ததும் தாத்தா சபையைக் கூட்டினார்.

“பரவால்ல, மகனே ஆரும் ஒரு குத்தங் கொற சொல்லாதபடிக்கு அத்தனையும் சரியா முடிச்சுட்டீக. சாப்பாடும் பிரமாதம். அதுலயும் ரசம்..! அய்யோயோ அம்புட்டு ருசி. வெக்கத்தவிட்டு

நானே நாலஞ்சுதரம் கைல வாங்கிக் குடிச்சுட்டேன்...” தனது அங்கமெல்லாம் குலுங்கக் குலுங்கச் சிரித்தார். நாட்டாமை. கூடவே பலரும் அவருடன் கலந்து கொண்டனர். அப்போது தாத்தா புருவம் உயர்த்தி நாட்டாமைக்குக் சமிக்ஞை செய்தார். நாட்டாமையும் சரி என்பதுபோல தலையாட்டினார். சிரிப்பலை ஓய்ந்ததும், நாட்டாமை தோள்த்துண்டைச் சரிசெய்து கொண்டு நிமிர்ந்தார்.

“அப்பறம். ஓம் மாமனாரு ஓங்கிட்ட ஒரு முக்கியமான சேதியக் காதுல போடச் சொன்னாரு!”

அப்பாவிடம் நாட்டாமைத் தாத்தா எதோ ஒரு தூண்டிலை விரித்தார்.

“மாமனாரு பாத்து மருமகனுக்குக் காதுல கழுத்துல போடறத யாரும் வாண்டாம்னு தள்ளுவாகளா? அது, வைரமா இருந்தாலும் வாங்கிக்குவம். வைடூரியமா வந்தாலும் ஏத்துக்குவம்ல! ஏந்தம்பிக்கு ஒண்ணுக்கு ரெண்டு காதும் மொறப்பா இருக்குன்னு சொல்லுங்கப்பாவ்.” பெரியப்பா முதல்குரல் விடுத்து பேச்சைத் துவக்கினார்.

“ஆமாமா, ஊர்ல ஒந்தம்பி ஒராளுக்குத்தான ரெண்டுகாது இருக்கு. மத்தவங்களுக்குப் பூராம் அரக்காதும் முக்காக் காதுமாத்தான அலையிறாங்கெ. .போங்கடா கோட்டிப் பயலுகளா.” அது கேட்டுக் கூடியிருந்த பெண்கள் கூட்டத்தில் இருந்தும் சிரிப்பொலி வந்தது.

பேச்சு கட்டில்லாமல் ஓடுவதுகண்டு தாத்தா தானே நேரடியாய்க் களத்தில் இறங்கினார். “ஆமாங் மருமகனே, ஒடனே கலியாணத்த வச்சிற வேண்டியதேன். சின்னவனுக்கும் வயசு முப்பதாகப் போகுதுல்ல, இதுக்குமேலயும் தாம்சம் பண்ணுனா நல்லாருக்கும்னு தோணல. என்னா நாஞ்சொல்றது...”

அப்பா அமைதியாக இருந்தார்.

“நீ என்னாப்பா கம்முனு இருக்க? ஒன்னோட அபிப்ராயத்தச் சொல்லு.” பின்னும் அப்பாவின் மௌனம் கலையவில்லை. எதையோ ஆழ்ந்து யோசிப்பது போலிருந்தார்.

“சொல்ல என்னா இருக்கு... பெத்தது நாங்கன்னாலும், ஒடமப் பட்டவக கேக்கறப்ப. என்ன சொல்றது?” சொல்லிக்கொண்டே பெண்கள் கூட்டத்தில் நிற்கும் அம்மாவைப் பார்த்தார்.

அம்மா, அப்பாவைத் தனியே அழைத்தது.

“என்னாம்மா விசியம்? ங்கொய்யா கேக்கறாரு. ஒந்தம்பி கட்டிக்கப் போறான். ஓ....வ்வீடு ஓங்குடும்பம். வேற ஆரு இங்கன இருக்காக? இந்தநேரம் எதையும் மனசில நிறுத்தக்குடாது. பட்பட்டுன்னு ஒடச்சுப் பேசிடணும். ஓம்புருசனத் தனியாக் கூப்புட்டுப் போயி அவெங் கைல கத்தியவா குடுக்கப் போற? அப்படிக் குடுக்கற கத்திய இங்கனயே பயமில்லாம நீட்டுமா. ஒங்கய்யாவுக்கு தாம் மகெ முக்கியம்னா ஒனக்கும் ஓம் மக முக்கியமில்லியா? சொல்ல வர்ரத சும்மா சொல்லுமா.” நாட்டாமை வார்த்தை மிச்சமில்லாமல் பேசி அம்மாவைச் சபையில் நிறுத்தினார்.

அம்மா தயங்கித் தயங்கிப் பேசலானது. “வேற ஒண்ணுமில்ல பெரிய்யா. ஒரு ஒருவர்சம் நா(ள்) செல்லட்டும்னு பாக்கறேன். புள்ள கொஞ்சம் மீறிக்கிருவா.”

“அதுஞ் சரித்தே” என்ற நாட்டாமை. “ஏம் பெருசு. ஓம் மக சொல்றதிலியும் ஒரு கருத்து இருக்கில்ல. நாயந்தான? அந்தப் பிள்ளயப் பாரு. சவ்வு முட்டாய்க்காரெ தோள்ல சாச்சுட்டுத் திரியிற பொம்ம மாதிரிதான இருக்கு. என்னா சொல்ற?“

நாட்டாமையைத் தாத்தா முறைத்துப் பார்த்தார். “யேயா நாலு எடம் போறே வாரேங்கற நடப்புத் தெரியலியே. நாட்டாமைக்கி, ம்? பொம்பளப் பிள்ளையும் பூசணிக் கொடியும் ஒண்ணுன்னு சொல்லக் கேட்டதில்லியா? இன்னிக்கி நட்டு நாளைக்கிப் பாத்தா புசுபுசுன்னு கொடிபுடிச்சு பூத்து நிக்கிற வளப்பம்யா. ஒருமாசம் வீட்ல வச்சுப்பாரு. ங்கொம்மாள மீறி வருதா இல்லியா பாப்பம்.” சட்டென அம்மாவிடம் பேச்சைத் திருப்பினார் தாத்தா.

“பூஞ்ச ஒடம்புய்யா அவளுக்கு. ஒரு காச்ச வந்தா தாங்க மாட்டா, மண்டவலின்னு வந்தா பொறுக்க மாட்டா. வயசும் கம்மிதான..”

“எனக்கென்னா தெரியாதாம்மா! இன்னம் நாலு வர்சம் செண்டாலும் எனக்கு ஒண்ணுமில்ல. ஆனா காலம் மின்ன மாதரி இல்லியே மகளே! கலிமுத்துன பருவமாச்சுது இல்லியா. யாரையும் நம்பிச் சொல்லமுடியலம்மா. எப்ப என்ன நடக்கும்னு யாருக்கும் தெரியாது. ந்தாபாரும்மா, எதையும் மனசில போட்டுக்காத. மாலப் பொருத்தமும் மணப்பொருத்தமும் நேரம் வந்துச்சுன்னா தானா

கூடிரும்பாங்க. அதுமட்டுமில்ல, நான் ங்கொம்மாளக் கட்டும்போது அவளுக்கு என்னா வயசுங்கற? வெறும் பதினொண்ணு. ஓம் மகளுக்காச்சும் பதினாலு ஆச்சு. இல்லியா?" தாத்தா கருப்பட்டியாய் கூட்டத்தில் இனிக்கப் பேசினார். அம்மா பேசமுடியாமல் தவித்தது.

"பெறவு என்னாம்மா? கட்டிக்கப் போறவங்களே கவலயில் லேங்கறப்ப நீ எதுக்கு கலங்கற? சந்தோசமா புடிச்சுக்டு. இம்பிட்டுச் சவிரியமெல்லா எனக்கு வாச்சதுன்னா புள்ளயப் பெத்தவுடனே வச்சுக்கடா சாமின்னு தள்ளிவிட்ருவேன், பீத்துணிய அல்சிக்கங்க, பின்னால தாலியக் கட்டிக்கங்கடான்னு!"

"இவளுக்கு ஆரு பீத்துணி அலசுனதாம்.." அம்மாச்சி குறுஞ்சிரிப்புடன் பேச்சில் குறுக்கிட்டது.

"ஒரு ஆறு மாசமாச்சும் செல்லட்டுமே..." அம்மா மருகி நின்று கெஞ்சியது.

"நாளைக்கேவா கலியாணத்த நடத்தப் போறாக? நாலுபேரு சொன்னா சரின்னு கேட்டுப் பழகணும். ஆம்பளைக நிக்கிற எடத்துல எப்பிடிப் பேசணும் என்ன பேசணும்னு ஒரு மொறை இருக்கு. லிமிட்டுக்கு மேல பேசறத நிறுத்திப் பழகு.." என அம்மாவை அதட்டிய அப்பா, நேரடியாகத் தாத்தாவிடம் பேசலானார். "சின்ன மாப்ளைக்கி லெட்ரப் போடுங்க மாமா. எப்ப சவுரியம்னு கேளுங்க. பொட்டச்சிகளப் பேசவிட்டா ஒரு மயிரும் வெளங்காது."

அம்மாச்சி அம்மாவைத் தேற்றியது. "கவலப் படாதம்மா, ஒந்தம்பியப் பத்தித் தெரியாதா? கலியாணத்துக்கு வாடான்னா, காதுகுத்துக்கு வருவான். எப்பிடியும் நீ நெனைக்கிறாப்பல ஆறு மாசம் ஓடிப்போயிரும். அதுங்குள்ள புள்ளயத் தேத்திடலாம்."

"ஏம்மா, என்னமோ புள்ளய அண்ட அசல்ல குடுக்கற மாதரி இம்பிட்டுச் சங்கட்டப் படுற? இங்கன சிரிச்சா அங்கன கேக்கப்போகுது. ஓம் புள்ளைக்கி வேணுங்கற சவரட்டணயச் செஞ்சு போட்டா யாரும் தடுக்கவா போறாக? நல்ல புள்ளமா? இந்தக் காலத்தில மிலிட்டரில வேலபாக்கற மாப்பிள்ள கெடைக்கணுமே!" கடைசியாய் நாட்டாமைத் தாத்தாதான் பேச்சை முடித்து வைத்தார்.

•

அம்மாச்சி இவளுக்குத் தினமும் தன்வீட்டிலிருந்து உளுந்தங் கஞ்சி காய்ச்சிக்கொண்டுவந்து கொடுத்தது. நல்லெண்ணெயும் நாட்டுக் கருப்பட்டியும் சேர்த்து கலந்து கொடுத்தது. ஒவ்வொரு சனிக்கிழமையும் நாட்டுக்கோழி அடித்துவந்து நல்லெண்ணை விட்டுச் சாறு ஊட்டிவிட்டது. புதனன்று கசாப்புகடைக்குப் போய் நெஞ்செலும்பு எடுத்துவந்து சீரகம் மஞ்சள் தட்டிப்போட்டு தண்ணீர் வடித்துத் தரும். மூக்கில் நீர்வடிந்து தும்மலிட்டால் உடனே குளத்து நண்டு பிடித்துவரச் சொல்லி குத்துரலில் போட்டுப் பதமாய் இடித்து ரசம் வைத்துக் குடிக்கச்செய்து சளியை நிறுத்தும். இவையெல்லாம் போகத் தினசரி காலையில் வெறும்வயிற்றில் நாட்டுக் கோழிமுட்டை வாங்கிவந்து குடிக்கச்சொல்லும். அது ஒரு பெரிய நாடகம்போல நடக்கும். முட்டையின் மேல் ஓட்டை உடைத்து விரலளவு துவாரமிட்டு இவளது கையில் கொடுத்தால் பசுங்கன்றின் கண்விழிபோல மஞ்சள்கரு, வெண்கருவினுள் திரண்டு நிற்கும்.

"சாப்பிடும்போது எதையும் உத்துப் பாக்கக்குடாது ஆத்தா! அப்பிடியே அண்ணாக்க விட்டு, கடக்குன்னு முழுங்கிறணும்."

முதல்நாள் குடிக்கிறபோது மஞ்சள்கரு மட்டும் வாய்க்குள் விழுந்து சடக்கெனத் தொண்டையில் நழுவிட, வெள்ளைக்கரு உதட்டில் தங்கி, நாடியில் வழிந்து – கன்று ஈன்ற பசுவின் அரையில் தொங்கும் மாசி போல ஜாக்கட்டில், இறங்கி நாற்றமெடுத்தது.

"என்னா புள்ளம்மா, நீ ! ஒரு முட்டையக் கூட உருப்படியாக் குடிக்கத் தெரியல" என அலுத்துக்கொண்ட அம்மாச்சி, இவள் குடித்துப் போட்ட முட்டைக் கூடை எடுத்து அது நிறைய நல்லெண்ணெயை நிரப்பி அதையும் அப்போதே பருகச் சொன்னது. "நெஞ்சுக்கு வலுவுடி. அம்புட்டுப் பெரிய மாமனத் தாங்கவேணாமா?" சிரித்துக்கொண்டே சொன்னது. "இப்பவே இதெல்லாஞ் சேத்தாத்தே, பின்காலத்துக்கு ஒரம் போட்ட பயிராட்டம் கெட்டிப்படும் ஒடம்பு."

"ஒமட்டுது அம்மாச்சி!" சிணுங்கினாள். நல்லெண்ணெயைச் சுடுசோற்றில் ஊற்றிப் பிசைந்து சாப்பிடச் சொன்னது. கொதிக்கும் பாலில் பச்சைமுட்டையை விட்டு, சீனி கலந்து ஆற்றிக்கொடுத்தது. பச்சை முட்டையினைக் குடிப்பதற்கு இது பரவாயில்லை

போலத் தோன்றியது. சூடும், இனிப்பும் சுவையாக இருந்தாலும் அதையும்கூட வாயெடுக்காமல் ஒரே தம்மில் குடித்துவிட வேண்டும். இல்லையானால், எதுக்கெளிப்பின் போது குபுகுபுவென மூக்கின் வழியாய் முட்டையின் முடைநாற்றம் வெளிப்பட்டு உடம்பை உலுக்கி எடுக்கும்.

"நாலுநாள் தொயந்து குடுச்சா பழகிப்போகும்" என்றது அம்மா. ஆனால் அப்படியெல்லாம் அத்தனை எளிதாய்ப் பழகவில்லை. இப்போது சாப்பிட்டாலும் அதே உமட்டலும் உலுக்கலும் இருக்கத்தான் செய்கிறது.

கல்யாணத்துக்கு ஐந்து நாள் முன்னதாகச் சின்னமாமன் வந்து விட்டதாகச் சொன்னார்கள். அன்றைக்கு இவளுக்கு 'நாள்' வைத்திருந்தார்கள். பெரியமாமா பூனத்தில் சேலையும் ரவிக்கையும் எடுத்து வந்திருந்தார். உள்பாவாடை, பாடி, இவற்றோடு தட்டுகள் பதினொன்று வைத்து நாள் செய்தார். அரிசி, பருப்பு, பச்சைக் காய்கறிகள், பழவகைகள், சவ்வரிசி, சேமியா, சீனிமிட்டாய் என வீடு நிறைந்தது. அத்தையும் அம்மாச்சியும் வீடுவீடாகப் போய் சொல்லிச் சொல்லி அழைத்தனர்.

"எங்கவீட்ல பொண்ணுப்பிள்ளைக்கு நாள் வக்கெப் போறம். மறக்காம வந்துர்ங்க."

பொழுது மசங்கிய வேளையில் வீட்டின் மேற்குச் சுவரையொட்டி மரப்பெஞ்சு போட்டு இவளை உட்கார்த்தி வைத்தனர்.

சின்ன அத்தை, பெரிய அத்தை, சுரும்பாயி பெரியம்மாள், பாக்கியம் சித்தி என ஒட்டுமொத்தக் குடும்பமும் ஒன்றுகூடியிருந்தது. அப்பாயிக்குத்தான் முடியாமல் போனது. கலியாணநாள் வரையிலும் தாக்குப்பிடிக்க வேணுமென்று ஆளாளுக்கு வேண்டுதல் செய்து கொண்டார்கள்.

இவளது தங்கச்சிமார்களுக்குத்தான் கொண்டாட்டம். ஓடுவதும், ஆடுவதும், உரக்கச் சத்தமிட்டுச் சிரிப்பதும், திண்ணைமீது ஏறிநின்று குதிப்பதும், திடீரென இவள்பக்கமாய் வந்து கூடிநின்று கட்டிக் கொள்வதுமாய் குதூகலித்துக் கொண்டிருந்தனர்.

"ஆரம்பிச்சிரலாமா.! நேரமாகுதுல்ல? இனித் தலைக்குத் தண்ணி வேற ஊத்தணும். ரவைல ஊத்தி விட்டம்னா நல்லநாப் பொழுதுல ஒடம்புக்குச் சேராமப் போச்சுன்னா சங்கட்டம்.."

70 | அலைவரிசை

பெரியமாமாவின் கையிலிருந்த கடிகாரத்தைப் பார்த்த நாட்டாமைத் தாத்தா வீடு நிறைந்த கூட்டத்தை ஒரு அளப்பு கண்ணால் அளந்தார். “ம். அல்லாரும் வந்தாச்சுனு நெனைக்கிறேன். வேற ஆரும் வரணுமா?” குரல் விடுத்தார்.

“கலியாண மாப்பிள வந்திட்டதாச் சொன்னாக. ஆளக் காணமே!”

“அவரு வரணும்னு அவசியம் இல்ல. காத்துக்கிருக்க வேண்டியதுமில்ல. வந்தா சேத்துக்கலாம். அதுல தப்பில்ல. இல்ல அவர் வந்துதா ஆரம்பிக்கணும்னா சொல்லுங்க...” பேச்சில் ஒரு பொடிவைத்து நிறுத்தியவர் மறுபடியும் கூட்டத்தின் போக்கை அளக்கலானார்.

“நாட்டாமை சொல்றது சரித்தே. அதேன் அவக அண்ணே பெரியாள் இருக்கார்ல ஆரம்பிச்சிர வேண்டியதுதேன். எடைல வந்தா சேத்துக்குவம்.”

அம்மாச்சி சின்னமாமன் பெயரில் தனியாக ஒரு சேலையும் ரவிக்கையும் எடுத்து வைத்திருந்தது.

“ரைட், அத்தகாரம்மா மொதல்ல வாம்மா, திண்ணீறப் போட்டு, சந்தனம் குங்குமத்த வச்சு, தலைல எண்ணெயத் தொட்டு வையிம்மா.” அமர்ந்த இடத்திலிருந்து மாறாமல் வேலையினை ஏவலானார் நாட்டாமைத் தாத்தா.

சாமியைக் கும்பிட்டு திருநீறு பூசிவிட்டு, நெற்றியில் சந்தனம் குங்குமமிட்ட அத்தை, கடைசியாய்க் கன்னத்திலும் தடவிவிட்டது. கிண்ணத்தில் இருந்த நல்லெண்ணையை மூன்று விரல்களில் எடுத்து இவளது உச்சந்தலையில் வைத்தது. வைத்த எண்ணையில் இரண்டு துளிகள் முன்னும்பின்னுமாய் தலையில் இறங்க புருபுருவென ஊறியது. கடைசியாய் அரைத்த சீயக்காய் விழுதில் கொஞ்சம் எடுத்து எண்ணெயின்மேல் இழுகிவிட்டது.

“கைய சீலையில தொடச்சிறாதம்மா. கொல்லையில போய் கழுவிக்க. அடுத்து அடுத்து, ஆணு பொண்ணு வாங்க வாங்க..” நடப்பதை உன்னிப்பாய்க் கவனத்தில் வைத்து நாட்டாமை நிகழ்வினை நடத்தினார்.

ஒத்தைப்படையில் ஆட்கள் வந்து இவளுக்கு எண்ணெய், சீயக்காய் இட்டனர். பெரியமாமா வந்து சந்தனம் தடவியபோது

புறங்கைகளுக்கும் சேர்த்து தடவிவிட்டார். அப்போது யாரோ ஒரு பெண் வந்து கழுத்திலும் நாடியிலும் தடவிவிட இவள் சிணுங்கினாள்.

"விடு விடு. குளிக்கத்தான போற..." அம்மாச்சி கிசுகிசுத்துச் சொன்னது.

"ஆச்சா, பொண்ணுப்பிள்ள எந்திரிம்மா! மெதுவா கூட்டிக்கிட்டுப் போயி மளமளன்னு தலைக்குத் தண்ணிய ஊத்திக் கொண்டுட்டு வாங்க. சீக்கிரம் சீக்கிரம்." என்றவர் பெரியமாமாவைப் பார்த்து "நீ என்னாப்பா தட்டெல்லாம் சரியா வச்சிருக்கியா? எதும் வரவேண்டிருக்கா?" என்றபடி தட்டுகளைச் சரிபார்த்தார்.

"இதுக்குமேல வீட்டப் பேத்துத்தான் கொண்டுட்டு வரணும்."

"ம்? பொண்ணு கட்றதுன்னா சும்மாவா? வீட்டு லச்சுமியவில்ல கூப்புட்டுப் போறீக...!"

இவளை மரப்பெஞ்சியிலிருந்து எழுப்பி வீட்டுக்குள் அழைத்துப் போனார்கள். கொல்லைப் படலுக்குள் இறங்கியதும், தாவணியை ஒருத்தி உருவ, ஜாக்கெட்டின் ஊக்கை இன்னொருத்தி அவிழ்க்கவுமாய்ப் படுத்தி எடுத்தார்கள். இவளுக்குக் கூச்சம் இன்ன அளவு என்றில்லை. கைகளைப் பெருக்கல் குறியாக்கி உடம்பைப் போர்த்திக் கொண்டாள். "விடுங்க, விடுங்க நானே அவுத்துக்கறேன்." இப்படியும் அப்படியுமாய்ப் போராடி விசும்பினாள்.

"அடி இவளே. இன்னம் எத்தன நாளைக்கி இந்தக் கூச்சம்?"

"அம்மாச்சீ...!" அலறினாள்.

"விடுங்காத்தா. அவ கிட்டக்கப் போயி வம்பு கட்டிக்கிட்டு. ஏற்கெனவே பிரிக்கினிச் சிறுக்கி. அழுதுறப் போறா. நல்லநாளும் அதுவுமா வாள்வாள்னு கத்த வச்சுக்கிட்டு..." அவர்களை விலக்கிக் கொண்டு அம்மாச்சி வந்தது. ஜாக்கட்டை அவிழ்த்து, பாவாடையை மார்புக்கு மேலே உயர்த்திக் கட்டிக்கொண்டு முக்காலியில் உட்கார, தலைக்குத் தேய்த்துத் தண்ணீர் விட்டனர். தலையை அலசி முடித்ததும், "நானா மேலுக்குத் தேச்சுக் குளிச்சுக்கறேன்..." என்று படலை இழுத்து மூடிக்கொண்டாள்..

தலையைத் துவட்டியதும், நெற்றியில் பொட்டிட்டுக்கொண்டு சபைக்கு அழைத்து வந்தனர். பெரியமாமா எடுத்த சேலையைக்

காலில் விழுந்து வணங்கி வாங்கிக்கொண்டாள். ரவிக்கை தொளதொளவென இருந்தது. சேலையினைச் சுற்றிக் கட்டுவதற்குள் மூச்சுமுட்டிப் போனது. ஒருசேலையை உடுத்திவிட ஒன்பதுபேர் வேலைசெய்தார்கள். முந்தானை மடித்துப் போட இரண்டுபேர், இடுப்புச் சொருகலுக்கு மூன்றுபேர், காலடி விசிறிமடிப்பைச் சரிசெய்ய நாலுபேர்... கண்ணுக்கு மையும், நெற்றிக்குப் பொட்டும் இட்டு சவுரிமுடி வைத்துச் சடைபின்னி, சடையலங்காரம் செய்து சபைக்கு அழைத்து வந்தபோது அம்மாவின் கண்களில் தளதளவென ஆனந்தக் கண்ணீர் அதுபாட்டுக்கு இறங்கியது.

பெரியமாமாவின் காலில் விழச்சொன்னார்கள். விபூதி, குங்குமமிட்டு, பெரிய ரோசாப்பூ மாலை ஒன்றை இவளது கழுத்தில் அணிவித்தார். கன்னத்தில், புறங்கைகளில் சந்தனக்காப்பு இட்டார். வெத்திலை பாக்குடன் பழம் ஒன்றை எடுத்து இவளது கையில் கொடுத்தவர். அரஞ்சு மிட்டாய் எடுத்து வாயினில் ஊட்டிவிட்டார்.

“மாமாகிட்ட வெறும் வெத்தலபாக்கு மட்டும் வாங்காத, தங்கக்காசு ஒண்ணு சேத்துக் கேளு.” முன் பக்கத்திலிருந்து வீரபாண்டி நாயகம் அத்தை குரல் கொடுத்தது.

“ஆமாப்பா, பெரியவனே, தாய்மாமெ முந்தி முடியணும்லப்பா... அம்பது நூறு அள்ளிப்போடு.”

மாமா திருதிருவென சட்டைப்பையைத் தடவியபோது, அத்தை தனது சுருக்குப் பையிலிருந்து பதினொரு ரூபாயைப் பிதுக்கி எடுத்து மாமாவின் கையில் தர, மாமா இவளது முந்தானையில் அதனை வைத்து முடிந்துவிட்டார்.

“ம். சரி. தாமாமே தஞ் சோலிய முடிச்சுட்டான். இனி மத்தவக ஆரம்பிங்க.”

ஒவ்வொருவராய் வந்து வரிசைகட்டி விபூதி, சந்தனம், குங்குமம் இழுகிவிட்டனர். பெரியமாலையின் கனமும், சரிவரத் தலையைத் துவட்டாத ஈரமும் சேர்ந்துகொள்ள இவளால் தலையை நிமிர்த்த முடியவில்லை. பெரிய தங்கச்சிக்கு, நெற்றியிலிருந்து கசிகிற சந்தனத்தைத் துடைத்துவிடுகிற முக்கியமான வேலை. ரெம்பவும் அக்கறையாய்ச் செய்தாள்.

வந்திருந்தவர்களுக்கு மிட்டாயும் வாழைப்பழமும், பெண்களுக்குப் பூவும் சேர்த்துக் கொடுத்தார்கள். “எல்லாரும் சித்த

நின்னு காப்பி குடிச்சிட்டுப் போகணும்...” என அம்மா கிளம்பிய ஒவ்வொருவரிடமும் சொல்லியது. உள்ளே பாக்கியம் சித்தியும் நாயகம் அத்தையும் காப்பி ஆத்திக் கொண்டிருந்தனர்.

அந்தச் சமயம், “மாப்ள வாரார். மாப்ள வாரார்...” என்று பிள்ளைகள் ஓடிவந்தன. இவளுக்கு துணுக்கென்றது. வெட்கமா, பயமா, என அறிய முடியவில்லை. தலையினை இன்னமும் கீழே தாழ்த்திக்கொண்டாள்.

“வீட்டுக்குள்ளாற போகலாமா?” இவள் அருகிலிருந்த ஒரு பெண்ணிடம் கேட்டாள். அந்தக் கேள்வியை நாட்டாமைத் தாத்தாவிடம் கடத்திவிட்டாள் அப்பெண்.

“ம்! போங்க போங்க. போய்த் தலை ஈரத்தத் தொவட்டி விடச் சொல்லுங்க. அந்தப் பிள்ளைக்கும் ஒரு டம்ளர்ல காப்பி தண்ணியக் குடுங்க.” வாழைப்பழத்தை வாயில் அதக்கியபடி கொழகொழவெனப் பேசினார்.

“யோவ், நாட்டாம, மாப்ளகாரே வாரானாம்ல. அவனையுங் கூப்புட்டு அந்தப் பிள்ளைக்கி தின்னீரு போடச்சொல்லலாம்ல. அவனும் அதுக்குத் தாமாமென் தான?”

“அதெப்பிடி? மாப்ளைனா பெரிய மகாராசனா? மாகராசனுக்கும் சட்டம்னா சட்டம்தான்யா. அம்புட்டு அக்குசு இருக்க மயிராண்டி காலத்துக்கு வந்திருக்கணும்ல? இப்ப சவ முடிஞ்சு போச்சு. முடிஞ்சா முடிஞ்சதுதே. வேணும்னா ஒருவா காப்பித்தண்ணியக் குடுத்து அனுப்புங்க. குடிச்சுப்போட்டு கலியாணத்துக்காச்சும் வெள்ளனமா வந்து சேரட்டும்.”

சின்னமாமன் வெளித் திண்ணையோடு நின்றுகொண்டார்.

•

கல்யாணத்திற்கு முதல்நாள் சாயங்காலம், ‘ஓரை’ பார்த்து இவளை சத்திரத்திற்கு அழைத்துச் சென்றனர். பள்ளிக்கூடத்தில் படித்தநாளில் சபரிமலை வாத்தியாரிடம் சண்டைபோட்டு அம்மாச்சி தன்னை வீட்டுக்கு இழுத்துச் சென்றபோது இருந்த உணர்வினை வீட்டிலிருந்து சத்திரத்திற்கு நகரும் போதும் உணர்ந்தாள். இரண்டு புஜங்களையும் பிடித்துத் தள்ளியபடி இரண்டு பெண்கள் இவளை நடத்திச் சென்றனர்.

“நடக்குறாளான்னு பாருமே...”

“பொண்ணுப் பிள்ளன்னா அப்பிடித்தேன். என்னாதேன்னாலும் வெக்கம் இருக்கும்ல. நீயெல்லா மாப்ளயப் பாத்ததும் சரசரன்னு பின்னாடியே போய்ட்டியோ?...”

உப்புக்கோட்டை அத்தை அவர்களிடமிருந்து சமாளித்து இவளைச் சத்திரத்துக்குத் தள்ளிக்கொண்டு வந்தது. தூரத்தில் இவள் வரும்போதே மைக்செட்காரன்.

மணமகளே மணமகளே வாவா உன்

வலதுகாலை எடுத்து வைத்து வாவா

என்ற பாடலைச் சுழலவிட்டான். அது இவளது காதுக்குள் நின்று பாடுவதுபோல ரீங்காரமிட்டது. சத்திரத்தில் நுழையும்போது பந்தல்கால் அருகில் நிறுத்தி ஆரத்தி எடுத்தார்கள்.

அம்மாச்சிக்குக் கலியாணத்தைத் தனது வீட்டிலேயே வைக்கத்தான் பிரியம். வீதி அடைத்துப் பந்தலைப் போட்டு, பாட்டாசாலையில் திருப்பூட்டி (தாலிகட்டி) முடிக்க ஆசை. தாத்தா, அப்பாவெல்லாம் சத்திரத்தைப் பேசத்துவங்கும் போதெல்லாம் வழிமறித்தது. “ஆம்பளப் பயலுக்கு அச வீட்லபோய் கலியாணஞ் செஞ்சா ஊர்ல நம்மளத்தே மதிப்பாக? எத்தன விசேசத்தப் பாத்த வீடு இது! ஒத்தப் பயலுக்குச் சொந்தவீடல நடத்துனாத்தே கௌரதி” என்றது.

கம்பத்து அப்பாயி வந்துதான் அடக்கியது. “இன்னிக்கி நெலமையக் கொஞ்சம் ரோசி பிச்ச, அன்னிக்கி நாளயில ஒருவீட்ல விசேசம்னா ஊரே கூடிநின்னு வேல பாக்கும். இப்ப அப்பிடியா? வெள்ளி செவ்வாய்க்கி வீட்டக் கழுவி கஞ்சி காச்சவே ஓம்பாடு எம்பாடுன்னு தோள்பட்டைலாம் விட்டுப் போகுது. முழுசா ஒருகலியாணத்த வீட்ல வச்சுச் செய்யணுங்கிறியே! ரெம்பத்தே தைரியம்! மொதல்ல, வர்ர சனக்காடுகளுக்கு குளிக்க, செய்ய, ஒன்னால தண்ணி எடுத்து மாளுமா சொல்லு? காலத்துக்குத் தக்கன மாறிக்கணும்...“

அதற்குப் பிறகுதான் தாத்தா சத்திரத்தைப் பேசினார்.

இரவு பரிசம் போட்டார்கள். சின்னமாமன் பட்டாளத்திலிருந்து எடுத்து வந்த ஜிகினா சேலையை அம்மாச்சி இவளுக்கு உடுத்திவிட்டது. சிலுசிலுவெனச் சேலை, சத்திரத்து லைட் வெளிச்சத்தில் மின்னியது. இடுப்பிலும் தோளிலும் நிற்காமல் விலுவிலுவென நழுவி இறங்கியது. தோள்பட்டையை ஜாக்கட்டோடு சேர்த்து ஊக்கு குத்தி மாராப்பு சரிந்து விழாமல் நிறுத்திவைத்தார்கள். இடுப்புச் சொருகல்தான் இவளுக்குப் பயமாய் இருந்தது. எப்போது நழுவிவிழுமோ என்கிற அச்சத்தில் இரண்டு கைகளையும் அடிவயிற்றில் வைத்துச் சொருகலைக் கெட்டியாய்ப் பிடித்தபடியே திகைக்கத் திகைக்க நடந்தாள்.

இரவுச் சாப்பாட்டுக்குப் பிறகு இவளுக்கு ஒதுக்கப்பட்ட அறைக்குள் அடைக்கப்பட்டாள். துணையாய் வந்த பெண்கள் அத்தனைபேரும் கால்மாடு தலைமாடாய்க்கண்ட இடத்தில் விரித்தும் விரிக்காமலும் படுத்துக்கொண்டார்கள். இவளுக்கானால் தூக்கமே வரவில்லை. அறை, புழுக்கமாய் இருந்தது கண்ணைமூடினால் ஏதேதோ காட்சிகள் புகுந்து பயமுறுத்தின. அம்மா இவளது மனமறிந்து பரிசச் சேலையை கழற்றிவிட்டு வேறு சேலையை உடுத்திவிட்டிருந்தது. அதுவோர் ஆறுதல். மொத்தத்துக்கு எந்தச் சேலையையும் உடுத்தவே இஷ்டமில்லை. வெறுமனே பாவாடை சட்டையுடன் காத்தாடத் திரியவேண்டும் போலிருந்தது. யாரும் கேட்க மாட்டேனென்கிறார்கள்.

பொதுவாகவே எத்தனை குளிர் அடித்தாலும் இவள் போர்வை போர்த்தியே படுக்கமாட்டாள். உடலைக் குறுக்கி சுருண்டு கொண்டும், கையது கொண்டு மெய்யது பொத்தியுமே சமாளிப்பாள். மீறிப்போகிற சமயம், தலைதுவட்டும் துண்டு எடுத்து தலையைக் காதுகளோடு சேர்த்து சுற்றிக் கொண்டோ, போர்த்தியோ படுப்பாள். இத்தனை பெரிய சேலையை மூணு, நாலுசுற்று சும்மாடாய்ச் சுற்றிச் சுமந்துகொண்டு நடக்கவும், அத்தனை பாரத்துடன் உறங்கவும் மூச்சு முட்டியது. எப்படித்தான் அம்மாச்சியெல்லாம் அத்தனை கனமான நூல்சேலையைக் கட்டிக்கொண்டு அலைகிறதோ? நம்மால முடியாது சாமி! பெருமூச்சு விட்டபடி சேலைகட்டியிருந்த அத்தனை பெண்களையும் வியப்பாய் நோக்கினாள். அத்தனைபேரும் ஏதோ திருவிழாக் கடையில் விற்கக் காத்திருக்கும் மரப் பொம்மைகளாய் இவளுக்குத் தெரிந்தது. அத்தனை இறுக்கமான சூழலிலும் களுக் கென நகைத்துக்கொண்டாள்.

படுத்திருந்தவாக்கில் ஒன்றும் செய்யத் தோன்றாமல் தலையில் வைத்திருந்த பூவையெல்லாம் ஒவ்வொன்றாக உருவிஉருவிப் போட்டாள். அதுவேறு கம்மென வாசனையை வாரி இறைத்துக் கொண்டிருந்தது. மல்லிகையும், மரிக்கொழுந்தும், செவ்வந்தியும், கனகாம்பரமும் கலவையாகச் சேர்ந்து ஒருவிதமான வாசனைச் சூழலைத் தந்தன. அது உடம்பெல்லாம் ஏறி, ஒன்றுமே சாப்பிடப் பிடிக்காமல் வயிற்றில் நிரம்பி பும்மெனப் புடைக்க வைத்திருந்தது. அடிக்கடித் தாகம் மட்டும் வந்து உதட்டை வறளச் செய்தது. நாவால் ஈரப்படுத்தினாலும், மனிதவெக்கையோ அடைக்கப்பட்ட அறையின் வெக்கையோ வறட்சியை அதிகப்படுத்தின.

அறைக்குள் தண்ணீர்ப்பானை இருக்குமா தெரியவில்லை. யாரையும் எழுப்பவும் கூச்சமாக இருந்தது. படுக்கையை விட்டு மெள்ளவே எழுந்தாள். படுத்திருக்கும் யார்மீதும் கால் பட்டுவிடாமல் நாசூக்காய்க் காலைத்தூக்கி எட்டுவைத்தாள். பாதத்தில் அணிந்திருந்த கொலுசு, சிலிங்சிலிங்கென சிரிப்பதான ஓசையை எழுப்பியது. பாதத்தின் வீச்சைக் குறைக்க முயற்சித்தாள். கதவருகே வந்து நின்றதும் அதற்குமேல் செய்வதறியாமல் திகைத்தாள். தானாகத் கதவைத் திறக்கலாகுமா? அதற்கும் அம்மாவும், அம்மாச்சியும் ஏதாவது குறை சொல்வார்களா, யாரை முன்னிட்டும் தாகம் குறையவில்லையே! அதற்குத் தெரியுமா இவள் புதுப்பெண்ணென்று? யாரையாவது எழுப்பலாமா என யோசித்தாள். எல்லாரும் அடித்துப் போட்டது போல வாய்பிளந்து சேலை, மாராப்புத் துணிகள் ஒதுங்கியதுகூடத் தெரியாமல் அப்படியோர் உறக்கத்தில் இருக்கிறார்கள். ஒருத்தரை எழுப்ப அவரது களேபரத்தில் மற்றவர்களும் எழுந்துகொண்டால் அவ்வளவுதான். காலைவரை தூங்க முடியாது.

கதவுக்கு வெளியில் யாராவது நின்றிருந்தால் தண்ணீர் கேட்கலாம்தான். இருப்பார்களா? கதவில் காதுவைத்துக் கேட்டாள். மறுநாள் சமையல் வேலைக்கான சமையல்காரர்களின் பாத்திர பண்டங்களை இழுத்துக் கவிழ்த்துகிற கடாபுடா ஓசையும் அவ்வப்போது வேலைவாங்கு முகமாக எழுப்புகிற கங்காணியின் ஏவல் சத்தமும் மட்டுமே மென்மையாகக் கேட்டது.

தலைக்குமேல் ஆண்களின் சத்தம் கேட்டது. மாடியில் சீட்டு விளையாடுவார்கள் போலிருக்கிறது. நிச்சயம் அப்பா அங்கே இருப்பார். அப்பாவை நினைத்ததும் வியர்வை அதிகமாகி வாய்க்குள் மேல் அண்ணத்தில் நீர் சுரப்பதுபோல ஓர் உணர்ச்சி, கடக்கென விழுங்கிக்கொண்டாள். திடீரெனப் பசித்தது. வயிற்றில் கைவைத்து அழுத்திக்கொண்டாள். இருந்தாப்போல இவளுக்கு அம்மாச்சியின் மீது பொளீரெனக் கோபம் வந்தது. எந்த நேரமும் பக்கத்திலேயே இருந்துவிட்டு இன்றைக்குப் பார்த்துக் கழட்டிக்கொண்டதே! 'ஏ. கெழவி அம்மாச்சிக் கெழவீ...!' உரத்த குரலில் கத்திக்கூப்பிட வேண்டுமென ஆங்காரம் எழும்பியது. நாக்கில் ஈரப்பசை இல்லாததால் வாயைத் திறந்தாலும் தொண்டையில் இருந்து காற்றுகூட எழும்பவில்லை. உதடுகள் இரண்டும் ஒன்றோடு ஒன்று ஒட்டிக்கொண்டது போல ஒரு பிரமை.

கதவருகே எத்தனை நேரம்தான் நிற்பது? தாழ்ப்பாளை நீக்கிப் பார்த்தால் தெரிந்தவர் யாராவது நின்றிருந்தால் தண்ணீர் கேட்கலாம். சமையல் பெண்கள் யாராவது இருந்தாலும் நல்லதுதான். ஒருவேளை அம்மாவோ அம்மாச்சியோ, இருந்தார்களென்றால் சந்தோசமில்லையா!

எதோ ஒரு வேகத்தில் கதவின் தாழை நீக்கித் திறந்தாள். அடுத்த நொடி "அய்யோ அம்மா" என அலறினாள்.

•

கதவின் மறுபுறம் சின்னமாமன் நின்றிருந்தார். ஆஜானபாகுவாய் கதவை அடைத்து நின்றதுபோல ஒரு தோற்றம்.

"யே குட்டீ!" சன்னமான குரலில் அழைத்த சின்னமாமன், ஈயெனச் சிரித்தார். கருத்த அகலமான முகத்தில் அந்தச் சிரிப்பு ஒருவிதமான கிலியை இவளுக்கு உண்டுபண்ணியது. எத்தாம் பெரிய மூஞ்சி, எம்மாம்பெரிய பல்லு. எல்லாரும் சொல்றாப்பல பட்டாளத்தில மாட்டுக்கறி திம்பாகளோ? பல்லெல்லாம் மஞ்சமஞ்சளா இப்பிடி அட்டுப்புடுச்சுப் போயி இருக்கே...

"என்னா குட்டீ?" மறுபடியும் கூப்பிட்டார். சட்டெனப் பின்வாங்கினாள். உடனடியாய்க் கதவைச் சாத்திவிட முடியாத

படிக்குப் பெரிய அத்தையின் மகள், கதவு திறந்ததும் அந்த இடைவெளியில் குறுக்கியிருந்த காலை நீட்டிக்கொண்டாள். அந்தக் காலை நெட்டித்தள்ளிப் பார்த்தாள். வெட்டிப்போட்ட ஈர விறகுக்கட்டையாய் விறைத்துக் கிடந்தது. நகர்த்தக்கூட முடிய வில்லை. திரும்ப உள்ளே போகமுடியாதோ? பயந்தாள். மிரட்சியுடன் சின்னமாமனைப் பார்த்தாள்.

"யே, என்னா பேசமாட்டேங்கற? பெரியாளாயிட்டியாக்கும்?" இவளை எட்டிப் பிடிக்கக் கை நீட்டினார். தன்னை உள்ளிழுத்துக் கொள்ளு முகமாய் நகர்ந்தாள். அப்போது தரையில் படுத்துக்கிடந்த யாருடைய காலையோ கையையோ நறுக்கென மிதித்துவிட்டாள்.

"யாவ்..." என்கிற சத்தத்துடன் மிதிவாங்கிய பிள்ளை காலை இழுத்துக்கொள்ள, இவளுக்குக் கதவடைக்க வழிகிட்டியது. அந்த வேகத்தில் கதவைத் தள்ளி அடைக்க முயற்சித்தபோது, சின்னமாமன் குறுக்கே கை நீட்டி கதவு நகராமல் பிடித்துக்கொண்டார்.

"யே நாயி, ஆசையாப் பேசவந்தா, படக்குனு கதவ மூடிச்சாத்தற? ம்! எதும் வேணுமா?"

வைத்தகண் வாங்காமல் இவள் மாமனைப் பார்த்துக் கொண்டிருந்தாள். பார்வையை விலக்கவும் இயலவில்லை. சின்னவயசில் – தன்னைப் பள்ளிக்கூடத்தில் சேர்த்துவிட்ட நாளில் பார்த்த மாமன் இவரில்லை. அப்போது இவளைப்போலவே ஒல்லிக்குச்சியாய் ஒடிசலாய், நாகேஷ் மாதிரி... முகத்தில் அம்மைத் தழும்புகளுடன் இருப்பார். அம்மாவும் சித்திமாரும் அவரை 'லே நாகேசு' என்றே அழைப்பார்கள்.

"ஊர்ல பொம்பளைககூட எம்புட்டு ஓங்குதாங்கா இருக்காளுக, இந்தப்பெய மட்டும் என்னாத்துக்கு இப்பிடி சோளத்தட்டையிலுங் கேடாத் திரியிறான்?" அம்மாச்சி சின்னமாமனுக்காக ரெம்பவும் கவலைப்பட்டது. நிறைய தீனி வாங்கிப்போடும். "கழிக்காமத் தின்னுடா..." அவர் உண்டு முடிக்கிறவரைக்கும் அருகிலேயே இருக்கும். சின்னமாமனும் சாப்பாட்டில் இறங்கிவிட்டால் ஆழம் பார்க்காமல் திரும்பமாட்டார். அதுவும் வீட்டில் ஆட்டுக்கறி எடுத்துச் சமைத்துவிட்டால், குழம்புச் சட்டியைக் கவிழ்த்து

விட்டுத்தான் கைகழுவுவார். பூராச்சோத்துக்கும் குழம்புதான். ரசமோ, மோரோ திரும்பிப் பார்க்கமாட்டார். அம்மா என்றாலும் சரி, அம்மாச்சி என்றாலும் சரி, யார் பரிமாறினாலும் மற்றவர்களுடன் உட்காரவைத்து அவருக்குச் சோறிட மாட்டார்கள். சின்னமாமனுக்கு எதிராளியின், கண்பட்டு விடுமாம். இதுவிசயத்தில் அப்பா அவரை ரெம்பவும் கிண்டல் செய்வார். “ஒனக்குன்னு தனி ஒலவச்சு ஆக்கீருக்கு மாப்ள. அவசரமில்லாமச் சாப்டு நாங்க போய்ட்டு நாளை மக்யாநாள் வாரம். கதவச் சாத்தி வச்சுக்கிட்டு சாப்டு மாப்ளேய். ஊர்க்கண்ணு பட்ரும்.”

அப்படியெல்லாம் சாப்பிட்டும் உடம்பு தேறாமலிருந்த மாமன், இப்போது எப்படி? கன்னத்தில் பிதுக்கலும், வயிறு கனத்துப் போயும், கைகால்கள் எல்லாம் கரலாங்கட்டையைச் செதுக்கியதுபோல திமுதிமுவென உருண்டுதிரண்டு கருமரமாய் நிற்கிறாரே. இவருக்கும் எனக்குமா கல்யாணம்? இடது கண்ணிமையின் மேற்புறம் படபடவெனத் துடித்தது. கால்களும் கைகளும் காரணமில்லாமல் வெடவெடத்தன. பாதங்களைத் தூக்கி எட்டுவைக்க முடியாதபடிக்கு பலமிழந்து போயிருந்ததை உணர்ந்தாள். அய்யோ, நின்ற இடத்திலேயே நிற்க வேண்டியதானோ?

“ந்தா குட்டி. யேய், என்னாம்மா என்னாவேணும். எதுக்குக் கதவத் தொறந்து வெளீல வந்த?” இவளுக்குப் பக்கமாய் வந்து நின்று கேட்டார் சின்னமாமன்.

எங்கே தன்னைத் தொட்டுவிடுவாரோ என்ற பயத்தில் உடம்பைப் பின்பக்கமாய்ச் சாய்த்தாள்.

அந்தநேரம், “லே சின்னவனே!” என அழைத்தபடி அம்மாச்சியும், அம்மாவும் அங்கே வந்தார்கள்.

“இங்க என்னாடா செஞ்சுக்கிட்டிருக்க? இவள என்னாத்துக்குத் தட்டி எழுப்புன?” அம்மாச்சி சின்னமாமனைக் கேள்வியாய்க் கேட்டது.

“யே நா ஒண்ணும் செய்யலம்மா? எதையாச்சும் தெரிஞ்சு கேளு!”

“ஒனக்கு ஒறக்கம் வரலேன்னா வீட்டுப்பக்கம் வரவேண்டியது தானடா. அங்கன என்னா வேலைக்கா பஞ்சம்?” அம்மாவும் மாமனைக் கடிந்தபடி இவளிடம் வந்தது.

“யே யக்கா? ஒனக்கும் கழண்டு போச்சா? நானென்னத்துக்கு இந்தப் பிள்ளைய எழுப்பறேன்? வேணும்னா ஒம் மகளையே கேளு!”

“சரிசரி. சாமத்துல ரெம்ப சத்தமாப் பேசாத. எனக்கென்னா ஒன்னிய இன்னிக்கித்தானா தெரியும். நானும் வந்ததுலருந்து கவனிச்சுக்கிட்டுத்தான இருக்கேன். அப்பத்த புடிச்சு இங்கிட்டேதான வட்டம் போட்டுத் திரியிறவெ! வெட்டியா ஒறங்குற புள்ளய தூக்கத்தக் கெடுத்து ஏற்கனவே இவ ஒரு பயந்த கழுத. ஒறங்குனாளோ என்னமோ, இதுல நீ வேற எடவாரத்துல, கொடவாரம். போடா அங்கிட்டு...” படபடவெனப் பொரிந்து தள்ளிய அம்மாச்சி மாமனை வெளியில் தள்ளிவிட்டது..

“என்னாம்மா இது. ரெண்டுபேரும் நம்பாமப் பேசறீங்க. நா எழுப்பலே நா எழுப்பல நம்புங்க.”

“அப்பன்னா அவளாவா எந்திரிச்சு வந்தா? என்னாவாம்?”

“அட ராமா ராமா. அதத்தான் நானும் கேட்டுக்கிருந்தேன்னா நம்பணும்.”

“சரி, விடு ஆயா...” என்ற அம்மா, இவளைத் தன் மார்பில் சாய்த்துக்கொண்டது. அம்மாவின் தொடுகையில் இவளுக்கு நடுக்கம், பயம் எல்லாம் அடங்கிவிட்டது. கழுத்திலும், நெற்றியிலும் மட்டும் வியர்வையின் கசகசப்பு.

“ஒனக்கு எதுக்குத்தேன் இப்பிடி வேர்த்து ஒழுகுதோ?” அம்மா தனது புடவைத் தலைப்பால் வியர்வையினைத் துடைத்துவிட்டது.

“ஏண்டியம்மா, என்னாடி செய்யிது? ஒறக்கம் வரலியா? என்னாத்துக்குத் தங்கம் இந்நேரத்துல முழிச்ச?” அக்கறையாய் விசாரித்தபடி அம்மாச்சி அறைக்குள் நுழைந்தது. “மாமெ எதும் சொன்னானா?”

“ம். அப்பிடிக் கேளு. சும்மா என்னியவே சொல்லிக்கிட்ருப்ப.” மாமன் அறையின் வாசலைப் பற்றியபடி நின்றார்.

“இன்னமு நீ போகலியாடா. போ போ. பொம்பளப்பிள்ளைக இருக்க எடத்தில ஒனக்கு என்னா சோலி?”

“இங்கோருக்கா, ஓங்க ஆயா என்னிய ரெம்பக் கேவலப்படுத்துது. வேணும்னா ஓம் மககிட்டயே கேளு. வாயத் தொறக்குதான்னு பாரு. சொல்லு குட்டி!” சின்னமாமன் காலை உதைத்துக்கொண்டு பேசினார்.

“அய்யா சாமீ. நீ நல்லகுடி நாயகந்தேன். ஒப்புக்கறேன். இப்பக் கெளம்பு. குட்டி, பொட்டின்னுகிட்டு. ஏன் பேரச் சொல்லிக் கூப்புட்டா ஆகாதோ?” அம்மாச்சியின் விரட்டலில் முறைத்துப் பார்த்தபடி நகர்ந்தார் சின்னமாமன்.

“ஏனாயா, நாம இம்பிட்டுப் பேச்சுப் பேசிட்டுருக்கம், எவளாச்சும் என்னான்னு கேட்டு எந்திரிக்கிறாளா பாரு. இவகள நம்பி பொண்ணுப்பிள்ளய விட்டுட்டுவாங்கற.” என்றபடி அறையில் உறங்கிக்கொண்டிருந்தவர்களைப் பார்த்து வியந்தும் விமர்சித்தும் குறை சொன்னது அம்மா.

அம்மாவின் அந்தப்பேச்சைக் கவனத்தில் கொள்ளாமல், இவளை அறையின் மையத்துக்கு நகர்த்திச் சென்றது அம்மாச்சி. “இப்பிடி நடுகுடு சாமத்தில எந்திரிச்சுத் தனியா வெளில வரக்குடாது ஆயா. ஆரும் கதவத் தட்டுனாலும் பெரியவகள மொதல்ல எழுப்பிவிட்டுத் தொறக்கச் சொல்லணும்.“

அதன் பிறகு இவளுக்கு தண்ணீர்த் தாகம் எடுத்ததாகவே நினைவி லில்லை. எடுத்ததை யாரிடமும் இதுவரை சொல்லவுமில்லை.

அலை 5

மணவறையில் இவள் வந்து அமர்ந்தபோது சின்னமாமனுக்கும் இவளுக்கும் ஏற்றவித்தியாசம் துணுக்காகத் தெரிந்தது. இவள் பள்ளத்தில் உட்கார வைக்கப்பட்டது போலவும், சின்னமாமன் மேட்டில் ஏறி நிற்பது மாதிரியுமான வேறுபாடு. மந்திரம் சொல்லவந்த அய்யர் தான் உட்கார்ந்திருந்த மனைப்பலகையை எடுத்து இவளுக்குத் தர, அதில் ஏறி உட்கார்ந்த பின்னரே பொண்ணும் மாப்பிள்ளையும் சமமாயினர்,

“கலியாணப் பொண்ணு, கொஞ்சமாச்சும் சிரிச்ச மொகமா இருடீ. இருளடிச்ச வேலாயி மாதிரி சுருச்சுக்கிட்டு ஒக்காந்திருக்கவ...”

மணவறைக்குப் பின்புறமிருந்த பெண்ணொருத்தி இவளது காதில்வந்து கிசுகிசுத்தாள்.

"மாப்ளயோட நல்லா ஒரசிக்கிட்டு ஒக்காரு. தானா சிரிப்பு வந்திரும்..." வலியப் பிடித்து ஒட்ட வைத்தார்கள்.

மாமனது உடம்பில் ஓடிக்கொண்டிருந்த வெப்பம் இவளுக்கு எட்டியது. விறகடுப்பின் கணப்புபோல அவரது அருகாமை அத்தனை வெக்கையாய் இருந்தது. கூடியமட்டும் தன்னை ஒடுக்கி ஒடுங்கி அமர்ந்துகொண்டாள்.

மேளச்சத்தமும், நாதஸ்வர ஓசையும் இயல்பாகவே இவளுக்கு ரெம்பரெம்பப் பிடித்தமானது. நாதஸ்வரத்தின் ஆரோகணம், அவரோகணம் (அப்படித்தான் பீப்பீ ஊதுகிற தம்புசாமி அண்ணன் சொல்லுவார். அதாவது ஏறி இறங்குகிற வாசிப்பு) மயக்கம்தரும் வகையில் சீவாளியோடு இயைந்து வாசிக்கும் தவிலின் ஓசையையும் கேட்கிறபோது மனசைக் அப்படியே கவ்விப்பிடிக்கும் எங்கேயும் நகரவிடாது. கோயில் திருவிழாவிற்கோ, கலியாண வீட்டிற்கோ போகவந்தால், இவளை தவில்காரரின் பக்கத்தில்தான் பார்க்கமுடியும். தவில் வாசிப்பவரது தொப்பி போட்ட விரல்களின் ஜாலத்தைப் பார்க்கவே அலாதியான பிரியம். தானும் அதுபோலவே தலையை ஆட்டி வாசித்து மகிழ்வாள்.

பள்ளிக்கூடத்திலிருந்து வெளியேறிய பிறகு – வாரத்தில் சில நாள்கள் மேய்ச்சலுக்குப் போகிற ஊர்க்காளி மாடுகளின் பின்னால் சாணி பொறுக்க அனுப்பி வைக்கப்பட்டாள். அப்போதெல்லாம் தெருவுக்கு ஒருமந்தை கிளம்பும். வீட்டில் வளர்க்கிற பசுமாடுகள், எருமை, கிடறிக்கன்றுகள். அத்தனையையும் காலைப்பால் கறந்து முடித்ததும் ஒருவாய் தண்ணீர் குடிக்கவிட்டு அவிழ்த்து விடுவார்கள். எட்டுஎட்டரை மணிக்கெல்லாம் மாடுகள் கட்டுத்தரையிலிருந்து அவிழ்க்கப்படாவிட்டால் கட்டுக்கயிற்றை இழுத்து வெளியேறத் துடித்துக்கொண்டிருக்கும். வீதியில் ஊர்க்காளி மாடுகளின் குளம்பொலிச் சத்தம் கேட்டால் போதும் வீட்டுக்கொட்டத்தில் படுத்துக்கிடக்கிற மாடுகள் சடசடவென எழுந்துவிடும். அவிழ்த்து விட யாராவது வருகிறார்களா எனக் கழுத்தைத் திருப்பித் திருப்பிப் பார்க்கும். வீட்டில் யாருமில்லா விட்டால் மேய்ச்சல் ஆளேவந்து யாரையும் கேளாமல் அவிழ்த்துக்கொண்டு போவான். ஒருவேளை

அவனும் மறந்துபோனால் மாடுகள் தாமே கழுத்துக்கயிற்றை இழுத்து அறுக்க முயற்சிக்கும்.. சிலவீடுகளில் எருமைமாடுகள் முளைக்குச்சியோடு மேய்ச்சலுக்கு வருகிற காட்சிகளெல்லாம் சாதாரணம்.

பெரும்பாலும் எல்லா மாடுகளுக்குமே நூல் கயற்றில்தான் கட்டுக்கயறு போடுவார்கள். தரையில் ஒருஅடி ஆழத்தில் கழை ஊன்றி, அதில் உருமாஞ்சுருக்குப் போட்டுக் கட்டிப்போடுவார்கள். பசுவுக்கும் காளைமாட்டிற்கும் அதற்குமேல் தேவைப்படாது. எருமைமாட்டுக்கு இதெல்லாம் சாதாரணம். போதுமான தண்ணீர் காட்டாமல் இருந்தாலோ, தீவனம் போடாமல் போனாலோ கயிற்றை அறுத்துக்கொண்டு தீவனம் சேமித்து வைக்கப்பட்டிருக்கும் இடத்துக்கு வந்துவிடும். இதற்காகவே எருமைகளுக்கு மட்டும் கல்தூண்கள் ஊன்றி அதில் துவாரமிட்டு தடிமனான இரும்புச்சங்கிலி போட்டுக் கட்டிவைப்பார்கள்.

ஆனால் எருமையைப் பொறுத்தவரைக்கும் அதன் தேவைகள் நிறைவேறிவிட்டால் அதன்பின் அது பச்சைக் குழந்தையாகத்தான் நம்முடன் பழகும். என்ன வேண்டுமானாலும் செய்யலாம். துளிகூட எதிர்வினை செய்யாது. பசுமாடுகூட முட்டும், சீறும், சில சமயங்களில் பாயும். எருமையை அடித்தாலும் உதைத்தாலும், ஏன் முகத்தில் குத்தினால்கூட எதுவும் செய்யாது. ஊர்க்காளி மாடுகளை மதியம் வரைக்கும் ஏதாவது ஒரு மேய்ச்சல் நிலம்கண்டு மேயவிடுவார்கள். மதியத்துக்கு மேல் கண்மாய்க்குள் இறக்கிவிட்டால் பசுமாடுகள் முங்கி முங்கிக் குளித்துவிட்டு சட்டென வெளியேறிவிடும். எருமைகள் மட்டும் சகதிக்குள் இறங்கி முக்குளிக்கும். சட்டென எழுந்து வரவும் செய்யாது. இரண்டுபேர் உள்ளே இறங்கி வாலைப்பிடித்து முறுக்கி கரைக்கு இழுத்துக் கொண்டுவர சாயங்காலம் ஆகிவிடும்.

கிழக்குத் தெருவிலிருக்கும் விடலைப் பயல்கள்தான் மாடுகளைப் பராமரிப்பார்கள். அவர்களுக்குப் பின்னால்தான் பிரம்புக்கூடை ஒன்றைத் தலையில் வைத்துக்கொண்டு கிளம்பவேண்டும். வீட்டுக்குத் தீ எரிக்க எரு தேவைப்படும். ஒருகூடை சாணம் பொறுக்கிவந்தால் ஒருவாரத்திற்கு வீட்டுச் செலவுக்கு சரியாய் வரும். ஒருசில நாளில் அம்மாச்சியும் இவளோடு வருவதுண்டு. அப்படிக் கூடுதலாய் சேர்ந்துவிட்ட எருவை விலைக்கு விற்றுவிடும்.

இவளைப் பள்ளிக்கூடத்திலிருந்து நிறுத்தியதும் எரு வியாபாரம் நல்ல களைகட்டியது.

மாடுகள் மந்தைகளோடு சேர எப்படி தவ்வாளம் போட்டுக் கொண்டு ஓடுமோ, அந்த உற்சாகத்தில் கொஞ்சமும் குறையாமல் இவளும் மாடுகளோடு பயணப்பட சந்தோசமாய் சாணிக்கூடையினை எடுத்துக்கொண்டு ஓடுவாள். அத்தனை பிடித்தமான வேலை. ஆனால் திரும்பி வருகிறபோது தலைச்சுமை கழுத்தை ஒடித்துவிடும்தான். ஆனாலும், காடுகரைகளும், பச்சைத்தோட்டங்களும், வற்றாத கிணறு, மாந்தோப்புகள், குளத்து நீரின் அலையசைவு எனப் பரவசமான காட்சிகள். இவளைச் சுண்டியிழுத்தன.

மதியக்கஞ்சி குடித்ததும் எல்லோரும் சேர்ந்து ஒரு சுற்று விளையாட்டு முடிப்பார்கள். ஐப்பாக்கல், கிட்டி, செதுக்குமுத்து, எறிபந்து, கொலகொலயா முந்திரிக்கா... இன்னும் புதுசு புதுசாய் நிறைய.

ஆனால் குளக்கரையில் ரேடியாப்பூ பூக்கிற சீசன் வந்துவிட்டால், இவள் ‘சிக்கல் சண்முகசுந்தரமாய்’ மாறிவிடுவாள். ஊமத்தம்பூ ஒன்றைப் பறித்து சோளத்தட்டையின் முனையில் சொருகி காக்காமுள் வைத்துத் தைத்துவிட்டால், நாதஸ்வரம் தயார். சீவாளிக்காக அறுவடை முடித்த நெல்வயலில் இரண்டு கணு உள்ள நெல்தூரைத் தேடி அறுத்து கணுவின் மேற்பகுதியில் செங்குத்தாகக் கீறி விட்டு உதட்டில் வைத்து ஊதினால் பீப் எனச் சத்தம் கொடுக்கும். இவள் தனது அகலமாய் விரிந்துக் கிடக்கும் பாவாடையை இழுத்து வேட்டிபோல கணுக்கால் தெரிய உயர்த்திக் கட்டிக் கொள்வாள். சாணிக்கூடை சுமக்க வைத்திருக்கும் சும்மாட்டுத் துண்டை எடுத்து வல்லவெட்டாய் மார்பில் சார்த்திக் கொள்வாள். மாடுமேய்க்கும் நாகராசு தவுல் வித்வான் ஆகிடுவான்.

டகும் டகும் டகும் டகும்

டட் டட் டட் டட்..

டர்.

நாகராசன் வாய்ப்பாட்டில் தவில் வாசிக்க ஆரம்பித்தான் என்றால், ஜிய்ஞ்ச்சா ஜிய்ஞ்ச்சா என, தாளம் போடவும், ப்பூபுபூம் ப்பூபுபூம் என்றபடி ஒத்து நாயனம் வாசிக்கவும் ஆள் சேர்ந்துவிடுவார்கள்.

அடுத்த நொடி சிக்கல் சண்முகசுந்தரம் நாதஸ்வரத்தை எடுத்து விடுவார். பெபபெ பே பே பெபபெ பெபபெ பே ஏ ஏ ஏ.

என்றைக்கு வாசித்தாலும் தில்லானா மோகனாம்பாள் பல்லவிதான்.

மணவறையில் ஏனோ இவளுக்குக் கண்ணீர் வழிந்தது. காரணம் தெரியவில்லை தலை குனிந்தவாக்கில் தோள்பட்டையில் கண்ணீரைத் துடைத்துக்கொண்டாள். கழுத்திலிருந்த மாலை கன்னத்தில் இடித்தது. பூக்களின் காம்பும், ஜரிகைத் தாளும் கன்னத்தைக் கீறிவிட்டது. அது நீர்த்தடத்தை அகலமாக்கியது. கர்சிப் வைத்திருந்த தங்கச்சியைத் தேடினாள். பார்வைக்கு எட்டவில்லை.

"பொக சேரலியா?" கரகரத்த குரலில் சின்னமாமன் கேட்டார்

திடுமென வந்த குரலை நோக்கிப் பார்வையினைத் திருப்ப நேரிட்டது இவளுக்கு. வாயை மறைத்து நிறைந்திருந்த தடிமனான மீசையும், கனத்த கறுத்த உதடுகளும் அகலமாய் விரிந்த முகமும், அது சின்னவயசில் சுபா டூரிங் டாக்கீசில் பார்த்த பட்டணத்தில் பூதம் படத்தில் வருகிற ஜீபூம்பா போலத் தெரிந்தார் சின்னமாமன்.

"ந்தா குட்டி தொடச்சுக்கோ." தன்னுடைய கர்ச்சிப்பை இவளது கையில் திணித்துவிட்டார். அந்த கர்சிப்புமா சூடாய் இருக்க வேண்டும்? அதற்குள் யாரோ முகம் துடைத்துவிட்டார்கள்.

ஊரில் இருந்தபோதெல்லாம் சின்னமாமனுக்கு மீசை இருந்ததாக இவளுக்கு ஞாபகமில்லை. வாயின் இடப்பக்கம் நீட்டி இருந்த சிங்கப்பல் மட்டும் எத்துப்பல்லாய்க் காலை நீட்டியதுபோல உதட்டை மீறி நின்றது. ஒருவேளை அந்த ஒச்சத்தை மறைக்கத்தான் மீசையா? வாய்திறந்து சிரிக்கும்போது எத்துப்பல் தெரிந்துவிடுமே.

கல்யாணச் சத்திரத்தில் இதேபோல இரண்டு பேர் பேசக் கேட்டாள். "மாப்ள பட்டாளத்துக்குப் போகும்போது, கொத்துவெக்காத அம்மியப் போலத் தேஞ்சுபோய்ப் போனான். இப்பப்பாரு, அண்டா மூஞ்சியும், ஆட்டொரலு குண்டியுமா எப்புடி அகண்டுபோய் வந்துருக்கான்னு..."

"ஆமா, மம்பட்டிப் பல்லுகூட ஊத்தத்தில மறஞ்சுபோச்சு பாரு."

கெட்டிமேளம் கெட்டிமேளம் . . .

தாலி கட்டும்போது சின்னமாமனின் இரண்டு கைகளின் கோர்வைக்குள் இவளின் முழு உருவமும் முழுகிப்போய் வெளியாள் பார்வைக்கு மறைந்து போனாள்.

மூன்றுமுறை மாலை மாற்றுகிற போதும் தடுமாறினாள். "தலைய நிமித்திப் பாத்து மாலையப் போடுடீ. நீ வாட்டுக்கு கண்ணுத் தெரியாம பக்கத்தில இருக்க அய்யருக்குப் போட்றாத, பாவம் அய்யரு!"

அய்யரும் வெட்கப்பட்டார்.

"மால மாத்தற சாக்கில மாப்பிள்ளய நல்லாப் பாத்துக்க, அப்பத்தே ராத்திரியில பயமத்துப் போகும்!" ஆளுக்கொன்றாக இவளது காதுக்குள்ளாக வந்துவந்து சொன்னார்கள். அதையெல்லாம் வாங்கி சந்தோசப்படுகிற மனநிலை அப்போதைக்கு இல்லை.

அம்மாவும் அப்பாவும் வந்திருந்த அத்தனை பேரையும் கைப்பிடித்து நிறுத்தி விருந்து சாப்பிடச் சொல்லி வற்புறுத்தினார்கள். சாப்பாட்டுப் பந்தியில் அம்மாச்சியும் தாத்தாவும் யாரும் குறைவில்லாமல் சாப்பிட பக்கத்தில் நின்று பார்த்துப் பார்த்துக் கவனித்துக் கொண்டனர்.

"வகுத்துக்கு வஞ்சகம் செய்யாம வேணுங்கறத வாங்கிச் சாப்பிடணும் மக்கா."

மந்திரம் சொன்ன அய்யருக்கு வேண்டிய மட்டும் அரிசி, பருப்பு, பலசரக்கு சாமான்கள், தேங்காய், பழம் காய்கறி உட்பட மூட்டைகட்டி வண்டியேற்றி விட்டது. தவிர தட்சணையாய் பெருந் தொகையினைத் தாம்பாளத் தட்டில் வைத்துக்கொடுத்தார்கள்.

"பிள்ளைகளுக்கு மனங்குளுர நாலு நல்லவார்த்த சொல்லணும் சாமி."

அதன்படியே, அய்யரும், மஞ்சளும் காப்பரிசியும் குழைத்து நெற்றியிலிட்டு இரு கைகளையும் உயர்த்தி, "பல்லாண்டு பல்லாண்டு பலகோடி..." என பாசுரம் ஒன்று பாடி இவர்களை வாழ்த்தினார்.

அப்பா அம்மாவிடம் ஆசி பெற்றபிறகு, அம்மாச்சியின் காலில் விழுந்தாள். தோள்பிடித்து தூக்கி நெஞ்சாரத் தழுவி, முகத்தோடு

முகம்வைத்துக் கொஞ்சியது. "மகராசியா இருப்பபடி ஏங்கண்ணு. வாவரசியா. நூறுவர்சம் பேர்சொல்லணும் என்னப் பெத்த ஆத்தா..." தழுதழுத்த குரலில் ஆசீர்வதித்தது. இவளுக்கும் அதுதான் சமயமென்று அம்மாச்சியை ஆரத்தழுவிக் கட்டி கோவெனக் கதறினாள். கண்ணீர் தாரைதாரையாய் அம்மாச்சியின் கழுத்தில் விழுந்து மார்பினை நனைத்தது.

இவளின் அழுகை கண்டு அம்மாவுக்கும் கண்ணில் நீர் திரண்டுவிட்டது. பின்பக்கம் திரும்பி முந்தானையால் கண்களை ஒற்றிக்கொண்டது. அப்போது அங்கே நின்றிருந்த அப்பாவின் முகத்திலும் தசைகள் நெகிழ்ந்ததை அம்மா கண்டது.

•

தாலிகட்டிய நாளிலிருந்து சின்னமாமன் திரும்ப பட்டாளத்துக்குப் போகுமட்டும் இவளுக்கு ரண வேதனையாய் இருந்தது. தினமொரு வீட்டில் புதுப்பொண்ணு மாப்பிள்ளைக்கு விருந்தழைப்பு வேறு நடந்தது. தினசரி ஆடும் கோழியுமாய் மீனும் முட்டையுமாய்ப் பார்த்து பார்த்துச் சலித்துப் போனது. அசைவத்தைக் கண்டாலே வெறுத்து ஒதுக்கலானாள். அதற்கும் மேல், ஒவ்வொரு நாளும் பொழுதடையும் நேரம் வந்தாலே இவளுக்கு உடம்பில் நடுக்கம் துவங்கிவிடும். முதன்முதலில் பள்ளியில் தன்னை ஒண்ணாம் வகுப்பில் சேர்த்துவிட வந்த அந்த சின்னமாமன் இல்லை. அவரது ஒவ்வொரு தொடுகையும் மூச்சுத்திணறச் செய்தது

தினமும் யாராவது ஒருபெண் வந்து இவளுக்குத் தலைவாரிப் பூச்சூடி அலங்காரம் செய்ய வருவார்கள். அவர்களிடம் அம்மாச்சி கூடைநிறையப் பூ கொடுத்துவிடும். போகும்போது சும்மாவே போகமாட்டார்கள். எதாவது ரெண்டுவார்த்தை வசனம் அல்லது நாலுவார்த்தையில் கிண்டல் செய்வார்கள்.

"என்னாத்தா புதுப்பொண்ணு மொகத்துல அருளவே காணாம்?"
"மாமெங்கூட மல்லுக்கட்டுனதுல சீரடிச்சிருக்கும்!"

அவர்கள் பேசிச்சிரிக்கிற கேலிப்பேச்சில் இவளுக்கு வேதனையும் பயமும்தான் அதிகமாகும். யாரிடமும் சொல்லமுடியாத சங்கடத்தில் தவித்தாள்.

லீவு முடிந்து சின்னமாமன் ஊருக்குப் புறப்படுகிற நாளில் அப்பாயி செத்துப்போனது. ஆனாலும் அவரை நிறுத்திவைக்காமல் பட்டாளத்துக்கு அனுப்பிவைத்தனர். "பெரிய சீவாத்தி சாவு, நல்ல சகுனம்தான். எதையும் நெனைக்காம நீ கௌம்பு." அங்கேபோய்ச் சீக்கிரத்தில் வீடு அமர்த்திவிட்டு தபால் போடுவதாக அம்மாச்சியிடம் சொன்னார்.

போகும்போது இவளது முழு உடம்பையும் ஒருசேர இறுக்கி அணைத்து, கன்னம் கடித்து, உதட்டைச் சுவைத்து முத்தங்கள் தந்தார்.

இரண்டு மாதங்களுக்கு மேல் கடந்தும் சின்னமாமனிடமிருந்து எந்தவிதமான தாக்கலும் வரவில்லை. அதைப் போக்குகிற விதமாக, மூணாம் மாதத்தில் இவளது பெயருக்கு ஒரு நீண்டகடிதம் எழுதி அனுப்பினார். அம்மாச்சிக்கு அதில் வாய் கொள்ளாத சந்தோசம்.

"பதனஞ்சு வர்சமா பட்டாளத்துல இருந்த நாயி, ஆத்தாளுக்குன்னு அஞ்சுகாசுக்கு காரடு போட நெனப்பில்ல. நேத்துவந்த பொண்டாட்டிக்கி எம்புட்டு நீளத்துக்கு எழுதறான். வரட்டும் படவா ராஸ்கோல்.."

அடுத்தொருநாள் தபால்காரர் வந்த நேரத்தில், தான் முழுகாமல் இருக்கும் சேதியைச் சொன்னாள்.

அம்மாச்சி அப்படியே அவளை ஆலிங்கனம் செய்து அணைத்துக்கொண்டது. "அட, கள்ளக்கொற கழுத.... நானும் இம்புட்டு நாளா இதக் கவனிக்காம விட்டுட்டேனே. .ஓம் புருசனுக்கு மட்டும் தாக்கல் சொன்னியாக்கும். அதேன் தவால்கார்ரு வந்துருக்கிறாரா?" என்றது.

எப்போதும் கலகலப்பாக வந்து நிற்கும் தபால்காரர் அன்றைக்கு அமைதியாய் நின்றார். சைக்கிளிலிருந்து ஒரு பெரிய பொட்டலத்தைக் கொடுத்து அம்மாச்சியிடம் கைரேகை வாங்கிக்கொண்டார். அந்த நேரம் மட்டும் வெய்யில் உள்வாங்கிட, காற்று இல்லாமல் பூமி புழுங்கியது.

உடனடியாய் உறவுமுறை கூடினார்கள். இவளை அமர்த்தி வைத்து, தாலிக்கொடி அறுத்து வாங்கி பசும்பாலில் நனைத்தார்கள். அரங்கு வீட்டுக்குள் இவளுக்கு முக்காடிட்டு உட்கார வைத்தார்கள்.

நாட்டாமைக்காரம்மாள், கம்பத்துப் பெரியம்மா, உப்புக்கோட்டை அத்தை என, ஊர்ப் படையே வந்து இவளைக் கட்டிப்பிடித்து அழுதனர். “பேருக்காச்சும் கொஞ்சம் அழுடீ..” சுரும்பாயிப் பெரியம்மா இவளது காதைக் கடித்தது. தலையினைப் பிடித்து உலுக்கியது. தோளோடு தோள்சேர்த்து கட்டிப் பிடித்து ஒப்பு வைத்தது.

என்னசெய்தும் இவளுக்கு அழுகையே வரவில்லை.

அலை 6

அம்மாவின் வீடு வெறிச்செனத் தெரிந்தது இவளுக்கு. இரண்டு தனிஅறைகளும், பெரியதொரு பட்டாசலையும் கொண்ட வீடு. அடுப்படி தனி. தங்கச்சிமார்களோடு சேர்ந்து இருந்தபோது அத்தனை நெரிசலாய் இருந்தவீடு இதுதானா? ஆச்சர்யமாய் இருந்தது. பட்டாசலையில்தான் சாப்பாடு முடித்து உறங்குவார்கள். ஒவ்வொருத்தியும் கைகால்களைப் பரத்தி ஆளுக்கொரு திக்கில் பப்பரபாள் எனப் படுத்துக் கிடப்பாள்கள். தினசரி அம்மாவின் வசவு அங்கலாய்ப்பாய் மாறும். “ஆளுக்கொரு பக்கம் திக்குதிசை இல்லாமப் படுத்தா வேறயாரும் வீட்ல ஒறங்க வேணாமா? ஒரொருத்திக்கிம் தனித்தனி வீடு வேணும் போலருக்கு... எவளாச்சும் பொம்பளப்பிள்ள கணக்கா அடங்கி ஒடுங்கி ஒறங்குறாளுகளா பாரு!”

இரவு வேலைகள் அத்தனையும் முடித்துவிட்டு படுக்கைக்குப் போகும் போதெல்லாம் அம்மா எல்லோரையும் நேர்படுத்தித் திருப்பிப் போட்டு துணிகளைத் திருத்திவிட்டு பேசிப் புலம்பும். அப்பா ஒரு வீட்டில் படுத்துக் கொள்ளுவார். ஒரு அறை சும்மாவேதான் கிடக்கும் எதாவது போட்டுச் சேமித்து வைக்கும் கிடங்காகவே இருக்கும். அந்த அளவு நெருக்கடியாக இருந்த வீடு,.. இப்படி திடுமன வெறுமையாகிப் போனதே.

சின்னமாமன் ‘காரியமெல்லாம்’ முடிந்ததும் அம்மா இவளைத் தனது வீட்டுக்கு அழைத்துவந்தது. அம்மாச்சி சம்மதிக்கவே இல்லை. தனது வீட்டை விட்டு அனுப்ப மறுத்தது.

“யே வித்தொன்ன மடிக்குள்ள வச்சுக் காக்க நெனச்சேனே! அலையடிச்சும் கலையாம பொயலடிச்சும் சாயாம கண்ணுக்குக் கண்ணா, எமை போல பொத்திப் பொத்திப் பாத்தேனே. ஏ சாமீ ஏ அய்யா எத்தன கோயிலுக்கு வெளக்கெரிக்க எண்ணை குடுத்தே,! எத்தன சாமிக்குப் பட்டும் படையலும் படச்சு வச்சேன். அது எந்தப்பாவி கடவுளுக்கும் கண்ணுல தெரியலியே.! நன்னி மறந்த சாமிக்கு எங்கொரலு கேக்கலியே மக்கா!”

தாத்தாவும் அம்மாவிடம் இவளைத் தங்களிடமே இருக்கச் சொல்லிக் கேட்டார். அம்மா ஒரே முடிவாய், “அது சரியா வராதுய்யா வேணும்னா ஒரு பத்துநாள் ஒருவாரம் கூப்புட்டு வச்சுக்கங்க. பஸ் பிடிச்சா வரப்போறம்? ‘ஆத்தா கெள அடுப்படியில. அப்பெங் கெள கெணத்தடியில’ ன்னு உள்ளுக்குள்ளயே தான ஓடித் திரியணும்…” .

அதனால்தானோ என்னவோ மூத்த தங்கச்சியைக் குமுளிக்குப் பக்கமாய்க் கட்டிக் கொடுத்தார்கள். சின்னவள்கள் இருவரில் ஒருத்தி பஞ்சாபீஸ் வேலைக்குப் போக, கடைசிப்பெண், இன்னமும் பள்ளிக்கூடம் போய்கொண்டிருந்தாள்.. அப்பாவுக்கு முன்போல தாட்டியமாய் வேலைசெய்ய முடியவில்லை. இருந்திருந்தாற் போல் தகிப்பு வந்து உடம்பைப் பாடாய்ப் படுத்தியது. சின்னபிள்ளைகள் இருவரையும் கரைசேர்க்கும் வரையாவது தனக்குப் பழைய தெம்பையும் தைரியத்தையும் அளிக்க வேண்டுமென அவர் பிரார்த்தனையில் இருந்தார்.

கமிசன்கடை வேலைகள் சரிப்படாததால் திண்டுக்கல் பக்கம் புதிதாக உருவான சொட்டுநீர்ப் பாசனத் திட்டத்தின் கீழ் தோட்டங்கள், தோப்புகளுக்குக் குழாய்கள் பதிக்கும் காண்ட்ராக்ட்டர் ஒருவரிடம் அப்பா வேலைக்குச் சேர்ந்திருந்தார். ஒருவாரம் பத்துநாள்கள் தங்கி இருந்து வேலைசெய்ய வேண்டும். செலவுகள்போக, வேலைக்கு ஆயிரம் ரெண்டாயிரமென மிஞ்சும்.

“ன்னாம்மா செய்யிற?” கேட்டபடி அம்மா வெளியிலிருந்து வந்தது. அம்மாவின் தோளில் வாநீர் ஒழுக இவளது பிள்ளை உறங்கிக் கொண்டிருந்தான். “பராக்கு பாத்துக்கிட்டே இருந்தானா, அப்படியே ஒறங்கிப் போய்ட்டான். வா, வந்து படுக்கப் போடு. கையி அசத்துது!”

பாயை உதறி விரித்து வைத்துவிட்டு, அம்மாவின் கையிலிருந்து பையனை வாங்கிக்கொண்டாள்.

"தெக்குத்தெருவு வரைக்கும் போய்ட்டு வந்திர்ரேன். தோப்புல இருந்து புளியம்பழம் அடிச்சுவந்து எறக்கி இருக்காகளாம். என்னா ஏதுன்னு வெவரம் விசாரிச்சுட்டு வந்திர்ரேன். சாப்பிட்டியாம்மா?" கேட்டுவிட்டுப் பதிலுக்குக் காத்திருக்காமல் அடுப்படிக்குப் போய் சருவச்செம்பில் தண்ணீர் மொண்டு குடித்துவிட்டுக் கிளம்பியது.

விரித்த பாயில் தலையணை போட்டுப் பையனைப் படுக்க வைத்தாள். ஒருசாய்த்துப் படுத்து, கைகளிரண்டையும் கால்களின் இடுக்குகளுக்குள் கொடுத்துப் பாம்பாய்ச் சுருண்டுகொண்டான். "நேராப் படுடா…" கால்களுக்குள் சிக்கிய கைகளை விடுவித்து நேர்செய்து வைத்தாள். உடனே எதிர்ப்புறம் திரும்பிப் படுத்துக் கொண்டவன், பின்னும் முன்போலவே கைகளைத் திணித்துச் சுருண்டுகொண்டான்.

"ஒறங்கறதப் பாரு… அப்பனப் போலவே கவுட்டுக்குள்ள கையக் குடுத்துக்கிட்டு…" செல்லமாய் அவனது பின்புறத்தில் அடித்தாள். அடித்த கையால் அப்படியே பையனின் உடலை வருடினாள். பிஞ்சுக் கைகளை, கால்களை உருவிவிட்டு மெல்ல இதமாய்ப் பிடித்துவிட்டாள்.

சின்னமாமனைப் போலவே அவனுக்கும் நீளநீளமான அவயவங்கள். கெண்டங்கால்களைத் தொடுகிற கைகள். ஊசியான மூஞ்சி, ஒடுக்கமான நெற்றி, மூக்குதான் கிள்ளக்கூட வகையில்லாமல் மம்பட்டியான மூக்கு. உதடு சிறுத்துத் தடிமனாய் இருந்தது. உதட்டைச் சுட்டுவிரலால் தடவிக்கொண்டே இருந்தவள், என்ன தோன்றியதோ அப்படியே குனிந்து உதட்டில் முத்தமிட்டாள் இரத்தம் தலைக்கேறிப் பாய்ந்தது. காதுகள் அடைத்துக்கொண்டன. கண்கள் காந்தலெடுத்து எரிய, அவனது கன்னத்தோடு கன்னம் வைத்துச் சேர்ந்து படுத்துக்கொண்டாள்.

கலியாணம் முடிந்த மறுவாரத்தில் சின்னமாமனுடன் வீரபாண்டியில் கனகு சித்தி வீட்டுக்கு விருந்துக்குப் போன சம்பவம் நினைவுக்கு வந்தது. ஊர்விலக்கில் இறங்கி நடந்தார்கள். ஊருக்குள் போக இரண்டு பாதைகள். ராஜவாய்க்காலின் வடக்குக்கரை வழி போனால் வாய்க்காலின் சலசலக்கும் ஓசையும்

பச்சைவயல்களின் குளுமையும் அனுபவிக்கலாம். கோவில் பாதை பேருந்துப்பாதை, அகலமாய் இருக்கும். இங்கேயும் இருபுறமும் பச்சை வயல்களைப் பார்க்க முடியும். அதேசமயம் ஆள்நடமாட்டம் கூடுதலாயிருக்கும். எந்தப் பயமுமிருக்காது. சிறுபிள்ளைகள் வந்தால் விளையாடியபடியே வருவார்கள். விலக்கிலிருந்து ஊருக்கு சுமார் இரண்டு கிலோமீட்டர் தூரம் நடக்க வேண்டும். நடக்க ஏலாதவர்களுக்காக மணிக்கொரு பஸ் ஊருக்குள் சென்று வரும். அதற்குக் காத்திருந்து செல்ல வேண்டும்.

“நீ எப்பிடி? நடந்திரலாமா, பஸ் பாத்து ஏறிப் போவலாமா?” சின்னமாமன் கரிசனமாய்க் கேட்டார்.

“எனக்குத் தெரியாது!” காற்றிலாடும் செடிபோலத் தடுமாறியவாறு பதில் சொன்னாள்.

“ஒனக்கு எதஎதத்தான் தெரியவக்கெப் போறேனோ. எனக்குத் தெரியல!” தலையில் அடித்துக்கொள்ளாத குறையாய் அலுத்துக்கொண்ட சின்னமாமன், அவ்வளவு தூரமும் நடத்தியே அழைத்து வந்தார்.

நடக்க நடக்க ஊரை எட்டும் மட்டும் வழியெங்கும் வரிசையாய் ஆலமரங்கள்,. விழுதுகளும் கிளைகளுமாய்ப் பரந்து விரிந்து அந்தப் பாதை முழுக்க இருள்கவ்வச் செய்திருந்தது. பச்சைக் கிளிகளும், மைனாக்களும் பருத்த வவ்வால்களுமாய்க் கிளைகளுக்குள் அலைந்தும் பறந்தும் திரிந்ததோடு விதவிதமான ஓசைகளால் வெளியை இனிமையாக்கின. போதாக்குறைக்கு, ஆலம் விழுதுகளில் தாவிக் குதித்து விளையாடியவண்ணம் இருந்த குரங்குகளின் கூட்டம். பாதையில் செல்வோரை எல்லாம் சிறிதுநேரம் நின்று கவனித்துக் களித்துச் செல்லவைத்தன.

இவளுக்குக் குரங்குக் குட்டிகளின் கும்மாளம் பயங்கொள்ளச் செய்தது. தாவலில் பிசகித் தன்மீது விழுந்துவிட்டால்? பாதையிலிருந்து விலகியே நடந்தாள். அதுகண்ட சின்னமாமன் மேலும் பயமுறுத்திச் சிரித்தான். “டே ராமா,” விழுதொன்றில் தலைகீழாய்த் தொங்கிக் கொண்டிருந்த குட்டிக்குரங்கு ஒன்றை அழைத்தார். “ந்தா, ஒங்க அக்கா ஒங்கிட்ட பேசணுமாம். சட்டுன்னு கீழ எறங்கி வாப்பா....” அதற்கு என்ன புரிந்ததோ முன்நெற்றியினை உயர்த்திச் சிறிது நேரம் பார்த்தது. மளாரெனத் தொங்கிய

விழுதிலிருந்து ஊஞ்சலாடிக் கொண்டே மேல்கொப்புக்குத் தாவிச்சென்று அமர்ந்துகொண்டது. அதன் அந்தச் செய்கை பயந்திருந்த இவளைப் பரவசத்தில் ஆழ்த்திப் புன்னகைக்கச் செய்தது.

கனகுச் சித்தி வீட்டில் விருந்து முடிந்ததும் அன்றுஇரவு தங்கவேண்டி வந்தது. சித்தி இவர்களை மாடியறைக்குச் சென்று படுத்துக்கொள்ளச் சொன்னது. இவள் உடனடியாய் மறுத்தாள். "வாண்டாஞ் சித்தி நாம ரெண்டுபேரும் கீழயே படுத்துக்கலாம். சித்தப்பாவும் சின்னமாமாவும் மாடிக்குப் போய்ப் படுக்கட்டும்."

ஆனால் சித்தி ஒத்துக்கொள்ளவே இல்லை. "சொன்னாக் கேளும்மா. கீழ காத்து வராதும்மா. மேலதேன் ரெண்டுபேருக்கும் சவுரியமா இருக்கும். புதுசா காத்தாடி மாட்டியிருக்கு. அதுமில்லாம, கீழ, எங்கவீட்டுக் கெழடு வேற பொழுதுக்கும் எந்திரிச்சு கொல்லைக்கிப் போகவரவுமா நடந்துக்கிட்டே இருக்கும். நிம்மதியா ஒறங்க முடியாது."

மேலே போனால் மட்டும் தூங்கவா முடியும்? நல்லாத் தூங்கி எத்தனையோ நாளாச்சு! யாருமே புரியமாட்டேன் என்கிறார்கள்.

சின்னமாமன் இவள் வருவதற்கு முன்பாகவே மாடிக்குப் போய்விட்டது தெரியவந்தது. அறைவாசலில் கால்வைத்ததும் பயமுறுத்துவார். எச்சரிக்கையுடனேயே படியேறினாள். நினைத்தது மாதரியே மாடியறை இருண்டு கிடந்தது. சின்னமாமன்தான் விளக்கை அணைத்துவிட்டு எங்காவது ஒளிந்துகொண்டிருக்கும்.

கொஞ்சநேரம் அறைவாசலில் நின்றாள். நிசப்தமாய் இருந்தது. கதவைத் தள்ளினாள். திறந்துகொண்டது. விடிவிளக்குக்கூட எரியவில்லை. கும்மிருட்டாக இருந்தது. வந்தது வரட்டுமென கைகளை முன்னால் நீட்டிக்கொண்டு நேரே படுக்கையை நோக்கி விர்ரென விரைந்தாள். படுக்கையைத் தொட்டதும் "ப்பூ..." என இவளது காதுக்குள் ஒலிஎழுப்பியவாறு இவளை இறுக்கமாய்க் கட்டிக்கொண்டது. எலும்பெல்லாம் நொறுங்கித்தான் போனதென நினைத்து மூச்சு வாங்கிக்கொள்ள முகத்தைமட்டும் வெளியில் நீட்டினாள். பாவி மனுசன் அதையும் விடவில்லை.

எதற்கு இந்த ஞாபகமெல்லாம் இப்போது வருகிறது? இவளுக்கு விளங்கவில்லை. அன்றைக்குக் கசந்ததெல்லாம்,

இன்றைக்கு இதமாய், கதகதப்பாய் இருக்கிறது. மீண்டும் மீண்டும் அலையலையாய் வந்து மோதிச் சிலிர்க்கச் செய்கிறது. புஜங்களில் பரபரத்துத் திரிகிற பரவசமும், கால் பாதத்தில் புருபுருக்கிற ஊறலும் அதிகரித்து உடம்பில் இறுக்கம் பிடித்து, வலுக் குறைந்தாற்போல மூச்சிறைப்பு ஏற்படுகிறது. அடிக்கடி நா வறள்வதும், உதடு எரிவதும் ஏதாவது ஒரு மூர்க்கம் வந்து தன்னை இறுக்கிக் கிட்டித்துத் தவிடுபொடியாய்த் தாக்கினால்தான் இது ஆறும் போலிருக்கிறது. மாமனிடம் இருந்த அந்தப் பயம் அர்த்தமில்லாததாக – பைத்தியக்காரத்தனமானதாக உணர்ந்தாள் இப்போது.

லீவு முடிந்து டூட்டிக்குப் போகும்போது கடைசியாய்ச் சின்னமாமன் கடித்த காயம் மட்டும் உதட்டில் வடுவாய் இருந்தது. அதைத் தடவிக்கொண்டாள். மாமனது உதட்டின் உஷ்ணம் உள்ளுக்குள்ளும் பரவுவதாய் உணர்ந்தாள்.

முதன் முறையாய் இவளுக்கு அழுகை வந்தது. அழுதாள். உடம்பு குலுங்கக் குலுங்க அழுதாள். ஆனாலும் அது ஒற்றை மயிலின் கேவலாய் ஏக்கமாய் ஒலித்தது.

இப்போதெல்லாம் ஏனோ அடிக்கடி இந்தத் தவிப்பு வந்துவந்து போகிறது. ஏதாவது ஒருவேலை இருந்துகொண்டே இருக்க வேண்டும் போலிருக்கிறது. தனியாக இருக்கப் பயமாய் இருக்கிறது. அதற்காகத்தான் சின்னமாமன் பையனைத் தந்துவிட்டுப் போனாரோ!

முறித்துஎழுந்து கொண்டாள். அழுக்குத் துணிகளைச் சேகரித்தாள். ஈயவாளி ஒன்றை எடுத்து அதில் தண்ணீர்விட்டு சோப்புத்தூள் கரைத்து அதனுள் துணிகளை முக்கி ஊறவைத்தாள். பெருக்குமாரை எடுத்து வீட்டை அடித்துப் பெருக்கினாள்.

வாசலில் ஆளரவம் கேட்டது.

“அய்யா, பேராண்டீ...” இவளது அப்பா, கையில் ஒரு பொட்டலத்தை ஏந்தியபடி வீட்டுக்குள் நுழைந்தார். கையிலிருந்த பெருக்குமாரைப் போட்டுவிட்டு கண்களைத் துடைத்துக் கொண்டாள்.

“தூங்குறான்ப்பா..”

“அப்பிடியா?” பொட்டலத்தை இவளது கையில் கொடுத்தார். “அம்மாவக் காணாம்மா?“

“என்னமோ தெக்குத் தெருவுக்குப் போய்ட்டு வாரேன்னு போயிருக்குப்பா.” பொட்டலத்தை மேசைமேல் வைத்தாள்.

“ஆமா!, ஒங்க அம்மாச்சிக்கு முடியலன்னு சொன்னாகள்ல?”

“எதோ, புளியம்பழத்த விசாரிச்சுட்டு வாரேன்னு சொல்லுச்சு.”

“அப்பிடியா...”

கால் கை அலம்பிவிட்டுத் திண்ணையில் உட்கார்ந்தார்.

“காப்பி எதும் வேணுமாப்பா?”

“சித்த நேரம் செல்லட்டும்மா.”

அடுத்த வேலைக்குச் செல்லாமல் சில நொடிகள் அப்பாவின் அருகிலேயே நின்றாள்.

மேற்குத் தெருவிலிருந்து மாரிமுத்துப் பிள்ளை மருமகன் அழகுவேல் அண்ணன் வந்தார்.

“வாய்யா. அழகு, வா வா!”

“வாங் ணே!” இவளும் வரவேற்றாள்.

“எப்படிம்மா இருக்க?” வாய் நிறையச் சிரிப்புடன் வந்தார்.

“நல்லாருக்கேண்ணே! வீட்ல அத்தாச்சி பிள்ளைகள்லாம் சௌக்யந்தான?”

“ஒரு நாளைக்கி நம்மவீட்டுப் பக்கம் வந்து போம்மா, அவளும் சொல்லிக் கிட்டேதா இருக்கா. ஒனக்கும் பொழுது போகும்ல?”

தலையாட்டினாள்.

“அப்பறம்? நீங்க என்னிக்கி ஊருக்கு வந்தீங்க?”

“முந்தாநாள் வந்தே அழகு, நாளக்கிப் பொறப்படணும்.”

“வேடசந்தூர்ப் பக்கந்தான வேலன்னீக...”

“அங்க ஒருவாரந்தா வேல அதுங்குள்ள ஸ்கீம் வேற முடியிது. அடுத்து எப்ப கொண்டுவாராங்கன்னு தெரியல. அது தெரியறவரைக்கும் சிக்கல்தான்...”

“அப்ப, சொட்டுநீர்ப் பாசனன்றது... பட்டாசு கொளுத்தன மாதரியா?”

“அப்படியில்ல அழகு. இதுவரைக்கும் அரசாங்கத்தில இருந்து சப்சிடி குடுத்தாக. இனி விவசாயிக சொந்தமா செலவழிச்சுப் போட்டுக்கணும்...”

“ஓகோ! இனிமே சப்சிடி கெடையாதாக்கும்?”

“சொல்லமுடியாது அழகு. திடீர்னு முழுசாக்கூட அரசாங்கம் ஏத்துக்கலாம். ஆரு கண்டா? நம்ம ஊரு சம்சாரிககிட்ட சொல்லிப் பாத்தேன். ஒருத்தரும் சீந்தற மாதரித் தெரியல...”

“இங்க பூராம், நெல்லும் கரும்புந்தான போட்ருக்காக.. ”

“ஏன், தோப்பு இருக்கில்ல, போற காலத்தில, நாம குளிக்கக்கூட சொட்டு நீர்தே கெடைக்கப் போகுது பாரு!”

“டவுன்ல ஷவர்ங்கறது. வேறென்னாங்கறீக? சொட்டு நீர்தேன்.”

“அது சொட்டு நீரில்ல அழகு, சொர்க் நீர்.”

துணிகளைத் துவைத்துக்கொண்டிருந்த இவளுக்கும் சிரிப்பு வந்தது.

அந்தநேரம் உறங்கிக்கொண்டிருந்த பையன் சத்தமில்லாமல் படுக்கையிலிருந்து இறங்கிவந்தான். அறைவாசல் நிலைப்படியில் நின்றபடி மலங்க மலங்க விழித்தான்.

“வாங்க. வாங்கய்யா. எப்ப எந்திருச்சீங்க? எங்கவீட்டுப் பெரியவரே!” அப்பா திண்ணையிலிருந்து எழுந்துவந்து பையனைத் தூக்கிக்கொண்டார். பையன் சின்ன சிணுங்கலுடன் தாத்தாவைக் கட்டிக்கொண்டான். மேசைமேல் வைத்திருந்த பொட்டலத்தை எடுத்துப் பையனிடம் தந்தார்.

“சாப்பிடுங்க சாமி.”

“என்னாது?” கையில் வாங்கிய பொட்டலத்தைப் பிரிக்காமலேயே கேட்டான்.

“பிரிச்சுப் பாருங்க.”

பொட்டலத்தைத் திருப்பித் திருப்பிப் பார்த்தான். பிரிக்கத் தோதுப்படவில்லை போலும். தாத்தாவிடமே திருப்பித் தந்தான்.

“அகுத்துக் குது.”

வெடிகேக் வாங்கி வந்திருந்தார். பேரிக்காய் அளவில் இதழ் இதழாய் மலர்ந்து வெடித்திருந்தது.

“அய்ய்... கேக்கு...”

“பெரியவருக்குக் கேக்கு பிடிக்குங்களா?”

“ம்ம்!” தலையோடு இடுப்பும் சேர்ந்து ஆடியது.

ம. காமுத்துரை | 97

“மாமாக்குக் கொஞ்சம் குடுப்பா...” அழகுவேல் பையனிடம் கைந்நீட்டிக் கேட்டார்.

பொட்டலத்தைப் பின்னுக்கு இழுத்துக்கொண்டு தாத்தாவைப் பார்த்தான்.

“மாமா என்னா வாங்கீட்டு வந்திருக்கார்னு கேளுங்க சாமி...”

“மாப்ளைக்கி ஒண்ணுக்கு ரெண்டா பொண்ணு பெத்து வச்சிருக்கேன்ல!”

“காசு எம்பிட்டு வச்சிருக்கீங்கன்னு கேளுயா.”

“ஊருல இருக்க கோயிலு, கொளம், நிலம், நீச்சு அத்தனையும் மருமவனுக்குத்தே..” சிரித்தபடி பையனின் நாடியைக் கிள்ளிக் கொஞ்சினார் .

“ஊர்க்காரவக மாமனையும், மருமகனையும் சேத்துவச்சு மாமியா வீட்ல அடச்சு வச்சிருவாக ஆமா!” சொல்லிவிட்டு அப்பாவும் சிரித்தார். இருவரும் பரிகாசம் செய்து சிரிப்பதைக் கண்டுகொண்டும் கருத்தில் கொள்ளாமலும் தாத்தா வாங்கிவந்த கேக்கை நுனிப்பல்லால் அணில் கொறிப்புக் கொறித்து விழுங்கினான்.

“பையன பள்ளியொடத்தில சேக்கலியா? வயசாகும்ல?”

“ம், வார வையாசில சேக்கணும்!” என்ற அப்பா, “இவனோட அம்மாவ இவக அப்பெந்தே கூட்டிட்டுப் போயி பள்ளியொடத்தில சேத்துவிட்டான். இப்ப அவெம் பிள்ளயச் சேக்க ஆள் தேடணும்.” சொல்லும்போதே அப்பாவுக்கு குரல் உடைந்தது. இவளும் அது கேட்டு ஒருகணம் துவைப்பதை நிறுத்தினாள்.

“சரி சரி, அந்தப்பிள்ளைய முன்னாடி வச்சுக்கிட்டு இதெல்லாம் பேசக்கூடாது. நடக்கறது எதுவும். நம்மகைல கெடையாது.“

அலசிய துணிகளைப் பிழிந்து காயப்போட இவள் வெளியில் நகர்ந்தபோது, அப்பா அழகுவேலிடம் கிசுகிசுத்துக் கொண்டிருந்தார்.

“யாராச்சும் ஒரு நல்ல பையனா இருந்தா சொல்லுய்யா, ரெண்டாந்தாரம்னாலும் பரவால்ல. பேரனக்கூட நாங்க வச்சுக்கறோம். இந்தப் பிள்ளைய மட்டும் கட்டிக்கிட்டாப் போதும். அது புருசனுக்கு வந்த காசுல ஒரு வீடு வாங்கிப் போட்டுருக்கோம் அதையும் குடுத்தரலாம். பாத்துச் சொல்லு அழகு!“ என்று கைக்கூப்பிச் சொன்னார்.

அலை 7

இரண்டாம் கலியாணத்திற்குப் பிறகு வெகுநாள் கழித்துத்தான் இவள், தன் அம்மா வீட்டுக்கு வந்தாள். வந்தநேரம் வீட்டில் அப்பா இல்லை. அம்மா ரேசன்கடை கோதுமையைத் தூசு நீங்க சுளகில் இட்டுப் புடைத்துக்கொண்டிருந்தது. இவளைக் கண்டதும் கைவேலையை அப்படியே போட்டுவிட்டு எழுந்து வந்தது.

"வா, நிய்யாவா வந்த? அந்தத் தம்பியக் காணாம்?" இவளை வரவேற்றபடி பின்பக்கம் மருமகனைத் தேடியது. தூரத்தில் எதும் வருகிறாரா?

"அவரு வரலம்மா. நைட் சிப்ட் பாத்துட்டு வந்து வீட்ல ஒறங்கறாரு."

வாசலில் நுழைகிறபோதே பையனைச் சின்ன தங்கச்சி மறித்துக்கொண்டாள். அவளுக்குப் படிப்பு முடிந்துவிட்டிருந்தது. பெரியதங்கை இன்னமும் வேலைக்குத்தான் போய்க் கொண்டிருக்கிறாள் போல.

"இருந்தாலும் தம்பி இல்லாம நீ மட்டும் தனியா வந்திருக்கக் குடாதுடி."

அழைத்து வந்திருக்கலாம்தான். சேர்ந்து வந்தால் நல்லதுதான். ஆனால் ஏதோ ஒன்று தடுத்துவிட்டது. கலியாண வயசில் தங்கச்சிகள் இன்னமும் வெளியேறாமல் வீட்டிலிருக்கையில் தான்மட்டும் ஜோடிபோட்டு வருவது உசிதமாகப் படவில்லை. அதுவும் மறுமணம். பிறர் சொல்வதுபோல கனவில்லாத உறக்கம் போன்றதொரு யோகம். இது யோகமா? அவளுக்குச் சந்தேகம் வந்தது. பட்டினிக் குடும்பத்தில் பருக்கை கிடைக்கப் பெற்றவன் அதிர்ஷ்டக்காரன்தானே! தன்னைப்பற்றி அப்பாவோ அம்மாவோ அல்லது தங்கைகளோ அப்படியெல்லாம் நினைக்க மாட்டார்கள்தான். ஆனாலும் மனசுக்குள் ஒரு சங்கடம் புகுந்து ஆடிக்கொண்டிருந்தது.

"பேராண்டி நல்லாப் படிக்கிறானா?"

"ம். எல்லாப் பாடத்திலேயும் ஃபஸ்ட் ரேங்கு வாங்குறான்மா."

“என்னமோ அந்தச் சீலக்காரி மனசுவச்சு அந்தப் பிள்ளயவாச்சும் ஒரு நல்ல உத்தியோகத்தில் ஒக்கார வக்கெட்டும்...” அம்மா மானசீகமாய்க் குலசாமியை வேண்டிக் கையெடுத்துக் கும்பிட்டது.

பட்டாசலைத் திண்ணையில் காலைத் தொங்கவிட்டு அமர்ந்து கொண்டாள் இவள். தான் கொண்டுவந்திருந்த பையிலிருந்து அம்மாவுக்குப் பிடித்தமான கருப்பட்டி முட்டாசைப் பிரித்துக் கொடுத்தாள். அம்மா இவளையும் தின்னச் சொன்னது. ஆளுக்கொன்று எடுத்தது போக மீதியைச் சுருட்டிப் பக்கத்தில் வைத்துக்கொண்டது.

“ஏம்மா, அப்பா எதோ மாடு வாங்கணும்னு சொன்னாரு...”

“ம். ரெண்டுகால் மாடுகளுக்கே இங்க தீவனத்தக் காணாம். வேலையத்த மனுசெ, நாலுகால் மாட்ட வாங்கி நடுவீட்ல நட்டமா நிறுத்தப் போறார்!”

“மா, இப்ப பாலுக்கு நல்ல கெராக்கி உண்டும்மா. அப்பா சொல்ற மாதிரி அதும் ஒரு வரும்படிதான !”

“அவரு மாதரியே நிய்யும் புரியாமப் பேசறியே. மாடுன்னு வாயில சொல்லிட்டாப் போதுமா... அதுக்கு எம்புட்டுப் பாடு இருக்குன்னு தெரியுமா? நமக்கு இருந்தாலும் இல்லாட்டியும் வவுத்துல ஈரத்துணியக் கட்டிட்டு இருந்தரலாம். மாட்ட அப்பிடி விட்றமுடியுமா? வருமானம் பாக்கணும்னா அதுக்கு அடுப்படிய இடிச்சுவிட்டு ஒரு பலசரக்குக் கடையப் போட்டம்னா, ரெண்டு கடுகு, சீரகம், புளின்னு வாங்கிவச்சு பொழப்ப ஓட்டலாம். அதச் சொன்னா காதுல வாங்க மாட்டேங்கிறாரு.”

“கடய யாரு பாக்கறது?” சிரத்தையோடுதான் கேட்டாள். ஒருத்தி பஞ்சாபீஸ் போகிறாள். அம்மாவால் சேர்ந்தாப்போல உட்கார முடியாது. சின்னவள் அடங்கி உட்காருவாளா? அவ நாலுவார்த்தை பேசினால் நாலாவது வார்த்தையில் சண்டைக்கான தொடக்கம் இருக்கும்.

“நடுவுலவளத்தே ஒக்கார வக்கெணும்.”

“அவதே பஞ்சாபீஸ் போறாள்ல...”

“எத்தன நாளைக்கித்தா வயசுப்பிள்ளைய வெளியவே அனுப்பறது?” பெருமூச்சிரைந்த அம்மா, “ராசியில்லாத செம்மம்.

எத்தனபேரு வந்து பாத்துட்டுப் போறாக, ஒரு எடமாச்சும் தெகைய மாட்டேங்கிதே... நிம்மதியா ஒரு நா, ஒருபொழுது தல சாய்க்க விதியில்ல...” அம்மாவின் கண்களில் நீர் பூத்தது.

இவளுக்கும் வருத்தம்தான். அம்மா வீட்டில் ஒருகாலத்தில் இருந்த சந்தோசம், கலகலப்பு அத்தனையும் முற்றிலுமாக வற்றிப்போனது. இதனாலேயே இங்கே வரவும் கஷ்டமாக இருக்கிறது. வராமலும் இருக்க முடியவில்லை. தனக்கும் அங்கிருந்து வருகையில் ஏதாவது ஆறுதல் தேவைப்படுகிறது...

இங்கே வந்தால் இப்படி!

“நம்ம ராசிமா. ஊர்ல இருக்க பிள்ளைகளெல்லாம் சமஞ்சதும் தெரியல; கட்டிக்குடுக்கறதும் தெரியமாட்டேங்கிது. வீட்டவிட்டு அப்படிக் கடருதுக. இங்கமட்டும் என்னா சாபமோ?” அம்மாவுக்கு இணையாக இவளும் பெரியமனுசத் தோரணையில் பேசியது இவளுக்கே ஆச்சரியமாக இருந்தது. ஒருவேளை தனக்கும் வயதாகி வருகிறதோ என எண்ணினாள்.

உறைந்துபோன நிலையில் இருந்த அம்மா, முந்தானையில் முகம் துடைத்துக்கொண்டது. “இருந்தாலும் இந்த முண்டைய மாதரி ஒரு யோகங் கெடுத்த கழுதைய கெனாவுலயும் காங்க முடியாது.”

“அப்பிடியெல்லாம் இல்லம்மா, ஒண்ணொண்ணையும் கரையேத்தும் போதெல்லாம் படற பாடுதானம்மா. காலநேரம் வந்தா சரியாப் போகும். வீணா மனசப் போட்டுக் கொழப்பிக்காத. என்னயவெல்லா மேடேத்த எம்பிட்டு துன்பப் பட்டீங்க. என்னா அப்போ, கைக்கு ஆதரவா அம்மாச்சி, தாத்தா இருந்தாங்க...”

“ஒனக்கென்னாடீ..!” ஏதோ சொல்லவந்து இழுத்து மறைத்தது போல் இருந்தது அம்மாவின் பேச்சு.

“நா ராசியானவன்னு சொல்றியா...” வறண்ட புன்னகையுடன் கேட்டாள்.

சுடுகளியை முழுங்கியதுபோல அம்மா கண்களை மூடிக் கொண்டது.

சுதாரித்து உட்கார்ந்துகொண்டாள் இவள். “அப்பிடி யாருமா சொல்றது?”

“ஓந்தங்கச்சிகதேன்.” அவர்கள் உட்கார்ந்திருந்த இடத்தில் வளையல் வடிவில் ஊர்ந்துகொண்டிருந்த சிற்றெறும்பு வரிசை ஒன்றினை அம்மா கைவிரல் கொண்டு தேய்த்து அழித்தது.

“எப்பிடி?” இவளுக்கு நெஞ்சக்குழி படக்படக்கெனத் துடித்தது.

“என்னா எப்பிடீங்கற, ஊர்மெச்ச சடங்கு செஞ்சு, ஒண்ணுக்கு ரெண்டு கலியாணமும் முடிச்சு, சீர்செனத்தி செஞ்சத அவள்களும் இருந்து பாத்தவகதான; சொல்வாள்கள்ல.....”

பேசுவது தன்னைப் பெற்ற அம்மாவேதானா! சந்தேகமாக இருந்தது. முள்ளில் உட்கார்ந்திருப்பது போல உட்கார்ந்திருந்த இடம் குத்தியது. இதுவரையிலும் எழும்பாத ஓர் அந்நியப்பட்ட உணர்வு எழுந்தது. தான் இரண்டாவது முறை கலியாணம் செய்தது தப்பா? நிறைந்த ஆண்கள் மத்தியில் முழுசாய் நிர்வாணப்படுத்தப்பட்டதுபோல குறுகிப்போனாள். பழைய அம்மா எங்கே? சின்னமாமனுக்குக் கட்டிக்குடுக்க வயசில்லை, என அழுத அம்மா எங்கே. தாலியறுத்த போதில் மயங்கிவிழுந்து இரவெல்லாம் “அழாம இருக்காதடி. நெஞ்சு அடச்சுப்போகும். ஒருவாய் அழுடீ, ஒரு சொட்டுக் கண்ணீர் விடுடீ....” என எனக்காக அழுது ஏங்கிய அம்மா எங்கெ?

“எனக்கு ரெண்டாவதா கலியாணம் முடிச்சு வச்சது தப்புன்னு சொல்றியாம்மா?” அடங்கிய குரலில் கேட்டாள். கண்களில் நீர் மல்கியது

“நாங்க எப்பமா முடிச்சு வச்சம்!”

அம்மா அடுத்ததொரு இடியை இறக்கியது. சினிமாப் படத்தில் வருகிற வளர்ப்புத் தாய் பேசுகிற வசனத்தைக் காட்டிலும் கூடுதலான பேச்சாக இது இருந்தது. இப்படியெல்லாம்கூட தனக்கு அடிவிழும் என்று எந்த நிலையிலும் நினைத்துப் பார்த்ததே கிடையாது.

அம்மாவிடமிருந்து சற்று விலகி உட்கார்ந்தாள்.

“அதும் நாஞ் சொல்லலமா, ஏன்னா எனக்கு நாம் பெத்தபிள்ளைக எல்லாமே ஒண்ணுதான்.”

அம்மாவின் பேச்சில் கள்ளம் ஒளிந்திருந்தது.

“அப்படீன்னா நானா பாத்து முடிச்சுகிட்டேங்கறியா?” அழுத்தமாய்க் கேட்டாள்.

“முடிச்சு வச்சது நாங்கதான்...”

அம்மாவின் வில்லத்தனமான அந்தப் பேச்சில், இவளுக்கு மேலும் ஆவேசம் வந்தது. “சொல்லுமா, நல்லாச் சொல்லு. நாலு தெருவுக்குக் கேக்கற மாதரி சொல்லு. வேலைக்கிப் போன எடத்தில, கூட வேலசெய்ற ஒருஆள இழுத்துக்கிட்டுப் போனேனாக்கும். வீட்டு மானம் போயிறக் கூடாதுங்கறதுக்காக நீங்க முடிச்சு வச்சீகளாக்கும்?” நடந்ததை எல்லாம் நினைவுபடுத்தும் விதமாக நிதானமாகச் சொன்னாள்.

அம்மா பதில் சொல்லமுடியாமல் அழத் தொடங்கியது. “என்னய என்னாதேஞ் செய்யச் சொல்ற? ஆண்டவெ அவகவகளுக்கு, ஒண்ணக் குடுத்தாலும் பொன்னக் குடுத்த மாதரி, ஆம்பளப் பிள்ளயக் குடுத்து அதிகாரத்தையும் சேத்துக் குடுத்திருக்கான். நான் நாலும் பெத்து நாதியத்துக் கெடக்கனே. தல சாயுறவரைக்கும் ஓயாத பெரச்சனயத்தான குடுத்துருக்கான்? நா யாரக் குத்தஞ் சொல்ல?”

அம்மாவின் அந்த பிலாக்கினத்தை சட்டைபண்ணவில்லை இவள் வெறித்த பார்வையுடன் அம்மாவின் இரு தோள்களையும் பிடித்து உலுக்கினாள். “இதுக்கு பதில் சொல்லும்மா. நானாவா ரெண்டாவது கலியாணம் முடிச்சிக்கிட்டேன்?”

“ஆமா, ஆமா, ஆமா. நியாத்தான் முடிச்சுக்கிட்ட முடிச்சிக்கிட்ட“ என்று அழுத்தமாய்ப் பேசிய அம்மா, “ஒன்னய யாரு மில் வேலைக்குப் போகச் சொன்னது?”

“யார் யாரு?” அம்மாவின் அந்தக் கேள்விக்கு இவளால் உடனடியாய்ப் பதில் சொல்லமுடியவில்லை.

அம்மா தனது குற்றச்சாட்டைத் தொடர்ந்தது, “வாழாக்குடியா வந்த பிள்ளைக்கி நாங்க குடிக்கிற கஞ்சியில ஒருவாக் கஞ்சி ஊத்தமாட்டமா. இல்லேன்னு சொல்லீருவமா?”

“ஏம்மா நா வேலைக்குப் போனது தப்புங்கறியா?”

“ஆமாடி! யாருக்குமே சொந்த சம்பாத்தியம்னு வந்திட்டா றெக்க மொளச்சிரும்ல! றெக்க மொளச்சா சும்மா இருக்கவிடுமா, வீடு அடசலாத் தெரியும் வெளிய எட்டிப் பாக்கணும்னு துடியாத் துடிக்கும். தைரியம் வரும், தைரியம் வந்தா... ஆச வந்துரும்ல?”

அம்மாவின் பேச்சைக் கொஞ்சமும் காதில் வாங்க முடியவில்லை. பொண்ணோட மனசு பொண்ணுக்குத் தெரியும், பெண்ணுக்குப்

பெண்தான் ஆதரவுங்கற வார்த்தைகளெல்லாம் என்ன அர்த்தம்? அதிலும் தான் பெற்ற பெண்ணோட மனசு என்னன்னு ஒரு தாய்க்கு, - அதும் என்னோட அம்மாவுக்கு என்னப்பத்தி தெரிஞ்சது இவ்வளவுதானா?

அம்மாவோடு ஒப்பிட அப்பா, உயரத்தில் தெரிந்தார்.

•

"பசார்ல இருக்கற கடைல சேத்துவிடலாம்னா படிப்பு வேணும்னு கேக்கறாகம்மா. பத்தாங் கிளாசாச்சும் படிச்சிருக்கணுமாம். நா ஒரு முட்டப்பய, நல்லா படிக்கிற பிள்ளைய படிப்பக் கெடுத்து..." இவள், தான் வேலைக்குப் போக வேணுமென்ற விருப்பத்தைச் சொன்னதும் அப்பா ரெம்பவே மெனக்கிட்டார்.

ஆஸ்பத்திரி, வட்டிக்கடை, இவள் படித்த பத்மநாபா பள்ளிக்கூடம் என ஒரு கௌரவமான – உட்கார்ந்து செய்யக்கூடிய வேலைக்காக நிறையவே அலைந்தார். அழகுவேல் அண்ணனும் பல இடங்களைச் சொன்னார். வயசுப்பிள்ளைகளுக்கு இருக்கிற மவுசு கலியாணம் கழிந்த பெண்ணென்றதும் "பாத்துச் சொல்றேன்..." என நத்தையைப் போல ஓட்டுக்குள் ஒடுங்கிக்கொள்கின்றனர்.

சுற்றியலைந்து கடைசியாக நூல்மில் ஒன்றில் இடம் கிடைத்தது. அது புதிதாக ஆரம்பிக்கப்பட்டிருந்த மில். ஆண்பெண்பேதமில்லாமல் அனைவரையும் தொழிலாளியாகச் சேர்த்துக்கொண்டிருந்தார்கள். அதற்கும் கடுமையான சிபாரிசு தேவைப் பட்டது. அரசு வேலையைப் போல மாதச் சம்பளத்துடன் தொழிலாளர்களுக்கான அரசின் சலுகைகள் சிலவும் இணைந்து வருவதால் அதாவது பி எஃப் பிடித்தம், ஈ எஸ் ஐ மருத்துவச் சலுகை வாரலீவு... போட்டி இருந்தது. அழகுவேல் அண்ணன் யாரோ ஒரு முக்கியப் பிரமுகரது சிபாரிசை வாங்கி வந்தார். 'போகவர பஸ் வசதி, அலுப்பில்லாத எட்டுமணி நேரத்து வேலை' என அண்ணன் மகிழ்வுடன் வந்து சொன்னார். "வீட்டு வாசலிலேயே வந்து ஏத்திட்டுப் போவாங்க. அதுபோல வாசல்லயே வந்து எறக்கிவிட்டுடுவாங்க."

அப்பவும் அப்பா யோசிக்கத்தான் செய்தார். "களத்தில நெல்லு தூத்திவிட்டது மாதிரி பஞ்சுத்தூசி பறக்குமாமேம்மா. பஞ்சுத்தூசி சேரலைன்னா பொகச்சல் வரும். முத்துச்சுன்னா டீப்பி கீப்பி

வருமாமே. எறும்புக்கடிக்கித் தப்பி எண்ணெயில விழுந்துடக் குடாதுல்ல…”

“அப்பிடியெல்லாம் பாத்தா எப்பிடிப்பா? வீட்ல இருக்கவங்க எல்லாம் ஆயிரம் வருசத்துக்கா அழியாம கல்லுப்பிள்ளையாரா இருக்கப் போறாங்க? எல்லா ஒடம்பும் வெய்யில் பட்டா பொசுங்கத்தான செய்யும். பனியடிச்சா குளூரத்தான் செய்யும் அதுக்காக வெளீல வராம வீட்டுக்கு உள்ளயே இருந்திட முடியுமா?”

“ராத்திரி நேரத்துலயும் வேலக்கிக் கூப்புடுவாங்களாமே. நைட்டு சிஃப்ட்டுன்னு…”

“அதான் அழகண்ணன் வெவரமா சொல்லிட்டார்ல. வாசல்ல வந்து ஏத்தி எறக்கி விட்டுப்போவாகன்னு . அப்படீங்கறப்ப ராத்திரியா இருந்தா என்ன, நடுகுடுச் சாமமா இருந்தா நமக்கென்னாப்பா?”

அரை மனசாகத்தான் ஒத்துக்கொண்டார்.

அம்மாவும் ஒரு நேரம் முணங்கியது. “நம்ம காலத்துல காடுகரைக்கிப் போகக்கண்டம். பகல்ல போய்ட்டு எந்நேரம்னாலும் ரவைக்கு வீடு அடைய வந்தரலாம். இது என்னமோ புதுசா இருக்கு. ஊர்வாயில விழாம இருந்தாச் சரி.”

“அதுக்காக புள்ளைய, ஒன்னமாதரி, ஓங்காயா மாதரி களையெடுக்க, பருத்திக்கு ஓரம்வக்கென்னு காட்டுவேலைக்கு அனுப்பிச்சுவிடச் சொல்றியா? ஏற்கெனவே நொந்து கெடக்குற பிள்ளை. மத்தியான வெய்யில்ல இன்னமும் செரமப்படணுமா?”

“அப்பன்னா வீட்லயே வச்சு பூட்டிவச்சுக்க வேண்டிதான மகள! நானென்னா வேணான்னா சொல்றேன்? அப்பனும் மகளுந்தே வேலைக்கிப் போகணும்னு வேண்டாத சாமியெல்லா வேண்டுறீங்க. வெளீல போனா வெளிச்சம் மட்டுமா படும்? தூசு தும்பு சாணி சகதி எல்லாந்தே கெடக்கும். உள்ளவேலயப் பாத்துட்டு வீட்டுக்குள்ள இருக்கட்டும்னுதான நானுஞ் சொல்றேன்.”

அம்மாவுக்கும் அப்பாவுக்கும் இவளை வேலைக்கு அனுப்புகிற வரைக்கும் தினசரி வாதம் நிகழ்ந்துகொண்டே இருந்தது. அப்பாவுக்கும் திண்டுக்கல் வேலை தீர்ந்துவிட்டதால் வீட்டு வருமானத்தையும் யோசிக்கவேண்டி வந்தது. இவளது தவிப்பையும், தனிமையையும் அருகிலிருந்து அனுதினமும் பார்க்கவும் நேரிட்டதால் கூடுதலான குழப்பம் உண்டானது.

“அதெல்லாஞ் சரிப்படாது. எல்லாம் நம்மகாலத்தப் போல இல்ல. மில்லுக்கே போகட்டும். நாலு பேரோட கலந்து நின்னு பாத்துப் பேசுனாத்தே அந்தப் பிள்ளைக்கும் நல்லது,”

மூன்று சிஃப்ட்டுகளுமே வாரத்துக்கு ஒருமுறை மாறிமாறி வந்தது. மில்லுக்குள் வெக்கை இருந்தாலும் மனசுக்குளிருந்ததை அது தணித்தது. வாரச்சம்பளம் மாதச் சம்பளமாக மாறியபோது வீட்டில் சந்தோசம் மீண்டது. ஓவர்டைம் வேலைக்கு மட்டும் ஒத்துக்கொள்ள மறுத்தாள். டபுள் சம்பளம் என மேஸ்திரி ஆசைவலை விரித்த போதும் தனக்குக் கொடுக்கப்பட்ட வேலைநேரம் முடிந்ததும் அடையாள அட்டையினை வாங்கிகொண்டு நேரே வீடுவந்து சேர்ந்தாள்.

அதே மில்லில் வைண்டிங் பிரிவில் ஆய்லராக வேலை பார்த்த நாட்டாமைக்காரரின் மச்சினன் மகனோடு பேசிப் பழக வாய்த்தது. ஓர் ஊர் ஒரே உறவின்முறை. எதிரே வரும்போது பேச்சு வைக் காமலிருக்க முடியவில்லை. அப்படிப் பேசுவதும்கூடத் தனக்குப் பாதுகாப்பானது என நினைத்தாள். அந்த அர்த்தத்தில்தான் அவனோடு பழக்கமும் வைத்தாள். இருவரும் வெளியிடத்தில் பேசிக்கொள்வது கிடையாது. அவன் வீடு இருக்கும் தெருகூட இவளுக்குத் தெரியாது. மில்லுக்குள் நுழைந்தால் இவளது மெசினுக்கு ஆயில்செக்கப்புக்கு வரும்போது ஓரிரு வார்த்தைகள், அதுவும் ‘மிசின் எப்பிடி ஓடுது? சவுண்டு சரியா உண்டா? ஸ்பிண்டல் நாடா அறுந்துபோனதா?’ அவ்வளவுதான்

மேஸ்திரி இல்லாதபோது முழு சிஃப்ட்டும் அவனது கட்டுப்பாட்டுக்கு வரும். அவன்தான் மேஸ்திரியாய் நிற்பான். அதுமாதிரியான ஒருநாளில்தான் இவளைப்பற்றி விசாரித்தான். அப்பாவைத் தெரியும் என்றான். சிறுவயசில் சின்னமாமனுக்கு ஜுனியராய் அலைந்து திரிந்ததாகச் சொன்னான். இதுபோகத் தன்னைப் பற்றியும் அவ்வப்போது நிறையப் பதிவு செய்தான். இரவுநேர வேலைப்பொழுதில் அக்கறையாய் தேநீர் தருவித்துத் தருவான். மேஸ்திரி பொறுப்பிலிருக்கும் ஒருவனின் சேவையினை மறுப்பது சாதாரண வேலையாளுக்கு நல்லதல்லவே...

நிச்சயமாய், பண்ணிய செலவுக்கு மொத்தமாய் ஒருநாள் கூலி கேட்பான் என எதிர்பார்த்தாள். அன்று தன்னிடம் இல்லையெனச் சொல்லாமல் இருப்பு ஏதாவது வைத்துக்கொள்ள வேண்டும்.

அதற்காகவே முந்தானையில் படுமுடிச்சுப்போட்டுச் சிலபணத்தைப் பதுக்கி வைத்திருந்தாள். அப்படியிருந்தும் அவன் கேட்டதை இவளால் ஒருநாள் தரமுடியவில்லை.

“என்னியக் கட்டிக்கிறியா?” இதுதான் அவன் கேட்டது.

கேட்ட அடுத்த நிமிசம் வேறொரு மிசினுக்கு நாடா தைத்துப்போட ஓடினான். அவன் கேலி பேசுவதாய் நினைத்து மறந்துவிட்டாள். வீட்டில் இன்னமும் கன்னிகழியாத தங்கச்சிகளை வைத்துக்கொண்டு தனக்கான அடுத்த நிலையினை யோசிக்கவில்லை. ஆனால் அவன், சிலவாரத்தில் தனது அண்ணனோடு வீட்டுப்படியேறி வந்து இவளைப் பெண்கேட்டான்

அப்பா மாலை மாலையாய்க் கண்ணீர்விட்டார். வந்தவர்களை கையெடுத்துக் கும்பிட்டுக் கொண்டாடினார். அம்மாவுக்கு எண்ணங்கள் பலவாய்ச் சுழன்றுகொண்டிருப்பதையும் இவள் அறிந்தாள். ஆனால் முடிவெடுத்துப் பேசும் நிலையில் அப்போது இவள் இல்லை. அம்மாவும் அப்பாவும் தனியாகப் பேசிவிட்டு வந்தார்கள். “பேரனக்கூட நாங்க பாத்துக்கறம்யா...“ என்றார் அப்பா. வந்தவர்களோ “பசுவையும் கன்றையும் பிரிச்ச பாவத்துக்கு ஆளாக எங்களுக்கு விருப்பமில்லங்க” என்றனர். அந்தமாசமே, வீரபாண்டி ஈஸ்வரன் கோயிலில் வைத்து, சுருக்கமாகக் கலியாணத்தை முடித்தார்கள். வெளியாள் எவரையும் அழைக்கவில்லை...

பழைய சம்பவங்களை ஒதுக்கி வைத்தவள் விருட்டென எழுந்தாள். “ஒரே ஒரு கேள்விம்மா... நா ஒன்னோட வகுத்துலதான பொறந்தே? ஆனா, நா வாழாவெட்டியா இருக்கணும்ங்கறதில ஒனக்கு அம்புட்டு ஆசையாம்மா!”

“அய்யோ கடவுளே!” தலையில் அடித்துக்கொண்ட அம்மா, “நிய்யி என் ரத்தமில்லன்னு ஆரு சொன்னா. ஆனா, வாழக்குருத்தா ரெண்டு கொமருக வீட்ல நிக்கிறது யாரு கண்ணுக்காச்சும் தெரியுதா? தெரியாது. ஏன்னா, யாரும் கிட்ட வந்து பாக்கறவக கெடையாது...” என்ற அம்மா, “இதப் பாருமா, கன்னிகழியாம வீட்டுக்குள்ள கெடக்கற ரெண்டு பிள்ளைகள விட, ஒருத்தி... ஒருத்தி கைம்பொண்டாட்டியா வந்து கெடந்தான்னா அது ஒண்ணும் எனக்கு பெரிய பாரமில்ல.” அம்மா தீர்மானமாகச் சொன்னது.

அதற்குமேல் இவளால் எதுவும் பேசமுடியவில்லை. பிரமை பிடித்தது போல எழுந்து வெளியில் வந்தாள்.

வாசலில் சின்னதங்கையும் இவளது மகனும் தீப்பெட்டிப் படம் வைத்து விளையாடிக் கொண்டிருந்தனர்.

“சாப்பிட்டுப் போக்கா.”

“ஒங்க அம்மாவுக்கு சாப்பாடப் போடு. அதுதே ரெம்ப கெறங்கிப் போயிருக்கு.” அமைதியாகத்தான் பேசினாள். “என்னாடி நடக்குது வீட்ல?”

“அப்பாக்கும் அம்மாக்கும் இப்பெல்லா பொழுதீக்கும் சண்டதான்க்கா. அதும் யாராச்சும் பொண்ணுகேட்டு வந்து திரும்பிப் போய்ட்டா. ஒன்னயத்தே தலைய உருட்டுறாக. ஒனக்கு ரெட்டச்சீர் செஞ்சு பூராமும் காலி பண்ணிட்டியாம்.” மனசில் உள்ளதை ஒளிக்காமல் அவள் சொன்னாள்.

“ஆனா ஒங்களுக்கு ஒரு நல்லதுன்னா என்னால முடிஞ்சதச் செய்யமாட்டேனா? எனக்கு அதில பங்கு இருக்குடீ. அம்மா அப்பா கிட்ட நாஞ் சொன்னேனு சொல்லு.”

“ஒனக்கும் ஒவ் வீட்டுக்காரருக்கும் அடிக்கடி சண்டை வருதாம்லக்கா, பெரியவதேஞ் சொன்னா, அப்பிடி இருக்கறப்ப நீ குடுத்தாலும் மாமா சம்மதிக்கணும்ல?”

எல்லோருமே ஒரேமாதரிதான் பேசி வைத்திருக்கிறார்கள் போலிருக்கிறது. சின்னவளுக்கும் இத்தனை தெளிவு இருக்கிறதே. மணியடித்தது போல ஒவ்வொரு சொல்லும் டாண் டாண் என விழுகிறதே. “அப்பிடின்னா, என்னய நம்ம வீட்லருந்து தனியா ஒதுக்கியே வச்சிட்டீகளா?” சொல்லிவிட்டு மகனது தோளில் கை போட்டவாறு நடந்தாள். பையன் பின்னால் திரும்பி தனது சித்திக்கு டாட்டா காண்பித்தான்.

பஸ் பிடித்து வீடு வந்து சேருவதற்குள் வழியெல்லாம் அழுகை அழுகையாக வந்துகொண்டிருந்தது. முந்தானையால் கண்களை ஒற்றியபடி சமாளித்தாள். வீட்டுக்குப் போய்க் கதவைச் சாத்திக்கொண்டு மொத்தமாய் அழுது தீர்க்கவேண்டும். பஸ்சை விட்டிறங்கியதும் வேகமாய் நடந்து வீடுவந்து சேர்ந்தாள்.

“வாங்க வாங்க என்னா இன்னிக்கி சீக்கிரமா வந்திட்டீக?” இடுப்பில கைலியும் மேல் சட்டையில்லாது வெற்று மார்புமாய் கையில் பிடித்த சிகரட்டுடன் வரவேற்றான் இவளது புருசன்.

செருப்பை வாசலில் விட்டுவிட்டு வீட்டுக்குள் நுழைந்தவளுக்குப் புருசனின் கிண்டலில் அதுவரையிலுமிருந்த மிகையுணர்ச்சி தலைகீழாய் மாறிப்போனது. முறைத்தபடி தன் அறைக்குள் சென்று உடை மாற்றலானாள்.

“ஏய் எங்கடா போனீங்க?” பையனிடம் விசாரித்தான்.

“அம்மாச்சிக்கும் அம்மாவுக்கும் சண்டப்பா. எல்லாரும் அழுதுட்டே இருக்காங்க.” புருசன் கேளாததையும் பையன் சொன்னான்.

“ஓகோ, அப்பிடியா சங்கதி! அதுதே விம்மி வெடச்சுப் போயி வந்திருக்காளா?” என்று பேசியவன், சட்டெனத் தொனியை மாற்றி இவளைச் சீண்டுவதுபோலப் பேசலானான், “கல்யாணம் முடிச்சு இவ்வளவு நாளைக்குப் பெறவு எதுக்குடி சீர்வரிசை பாக்கியப் போய் ஒவ்வீட்ல கேட்டு அவகளத் தொந்தரவு பண்ணுறவ.. பாவம், அவகளும் எம்புட்டுத்தே செய்வாக! நமக்கும் வாங்கிவாங்கி வக்கெ எடமில்லாம திண்டாடுறம்ல.”

உடைமாற்றிவிட்டு வந்தவள் அவனது முகத்துநேரே நின்று முறைத்தாள்., “கொஞ்சமும் வெக்கங்கறது இருக்காதா? அன்னைக்கி என்னா சொல்லி பொண்ணு கேட்டம்ங்கறது நெனப்புல இல்ல? வேணாம், நானே நொந்து போயிருக்கேன் பேச்ச இத்தோட நிறுத்திக்கிட்டா நல்லது.”

“அப்பிடியாடி... யார்ரி ஒன்னய நோகடிச்சது. ஒங்க ஆயாவா? இல்ல தங்கச்சிகளா? என்னான்னு கேட்டுட்டு வந்திர்ரேன்.”

“மொதல்ல இந்த அடியே புடியேங்கறதல்லா எனக்குப் புடிக்காதுன்னு பலதடவ சொல்லீருக்கேன்.“

“ஓ சரிங் மேடம். இன்னிமே சரியா நடந்துக்கறேன் மேடம். நோவடிச்சது யார்னு சொன்னா?”

“அது எங்க பிரச்சன...”

ம. காமுத்துரை | 109

"இப்ப என்ன சொல்லிட்டேன்னு இந்தப் பார்வ பாக்குறவ? இது எங்க சமாச்சாரம், இதில் தலயிட நீ யார்ரான்னு கேக்கற? அப்படித்தான? உண்மதான். நா யாரு? என்னாதே புருசன்னாலும் ஒனக்கு நான் ரெண்டாந்தாரம் தான. தப்பு தப்பு. ரெண்டாந்தரம். சரியா?"

ஹ ஹ ஹ வெனச் சிரித்தவன் இவளை நோகடித்துவிட்ட திருப்தியில் சட்டையை எடுத்து அணிந்துகொண்டு வெளியில் கிளம்பினான்.

அலை 8

இப்போதெல்லாம் இவளுக்கு வாழவேண்டும் என்கிற ஆசை அதிகமாகியது. அதிலும் நாளின் ஒவ்வொரு நொடிப் பொழுதையும் அனுபவித்து அதன் சுகத்தை நுகர்ந்தபடி நகர்த்தவேண்டும். இன்னும் தன் பிறந்த நாளிலிருந்து அது துவங்கினால்...

மீண்டும் பத்மநாபா துவக்கப் பள்ளியில் சேரவேண்டும். பிரேயரில் நின்று "வெள்ளைத் தாமரைப் பூவிலிருப்பாள் வீணை செய்யும் ஒலியில் இருப்பாள் " எனப் பிள்ளைகளுடன் கோரசாகக் கலைவாணி வந்தனமும், கொடிவணக்கப் பாடலும் சொல்லவேண்டும். ருக்மணி டீச்சருடன் சேர்ந்து "சுத்தம் சுத்தம் சோறுபோடும் சுகாதரமாகுமே! நித்தமும் அறிந்திடுவீர் நேர்மையான பாலகரே!" பாட்டுப் பாடவும், பாலம்மா டீச்சரின் ஆட்டத்துக்கு இணையாக ஆடவும், சபரிமலை வாத்தியாரிடம் சபாஷ் வாங்கும் வண்ணம் பாடங்களை ஒப்பிக்கவும், ராஜு சாரிடம் அழகான கையெழுத்துக்காகத் தட்டு மிட்டாயும், பொரி உருண்டையும் பரிசாகப் பெறவும் மனம் ஏங்கியது.

ஒவ்வொரு அந்திப்போதிலும் ஆண்பசங்களோடு சேர்ந்து கால்தாண்டி ஆடவும், கள்ளன் – போலீஸ் விளையாடி ஒளிந்துகொண்டிருக்கும் சக தோழர்களை, தோழிகளை இருட்டில் துழாவிக் கண்டுபிடித்து மகிழவேண்டும். பெண்பிள்ளைகளோடு பூசணிப்பூ ஆட்டமாடி பிள்ளைகளின் கைகளுக்குள் சிறைப்பட்டு 'ஒம் புருசன் பேரு என்னா?' என வினவுகையில் வெட்கம்மேவ, கால்களை உதைத்துத் தாவவேண்டும்.

சாணிக்கூடை சுமந்து மேற்கே ஊர்க்காளி மாடுகளுடன் சரளைக்கல் சாலையில் ஓட்டமும் நடையுமாய் தானுமொரு கால்நடையாய் நடந்துசெல்ல வேண்டும். சாணிபொறுக்கும் போட்டியில் “ஏ அது நாம் பாத்த மாடுடா. வாலத் தூக்கும்போதே சொல்லிட்டேன்” என்று மாடுகள் சாணமிட எத்தனிக்கையிலேயே அதன் பின்புறத்தில் கையேந்தியும், கூடையினை தூக்கிப் பிடித்தும் சாணத்தைக் கைப்பற்றிக் கொள்ளப் பிள்ளைகளோடு அடித்துப் பிடித்து சண்டையிட வேண்டும்.

வீரப்ப அய்யனார் கோயில் மலையடிவாரத்தில் மாந்தோப்புக்குள் நுழைந்து தப்புக்காய் அடிக்கவும், மாடு மேய்க்கும் பசங்களோடு சேர்ந்து காட்டுக்குள் சோறாக்கி, தோட்டத்தில் களவாடிக்கொண்டு வந்த மொச்சைக்காயை கொடியோடு தீயிலிட்டுப் பொசுக்கி அதன் பால்மணம் கமழ, சூட்டோடு வாயில்போட்டு நாக்கும், மேலண்ணமும் பொசுக்கப் பொசுக்க மென்று தின்று பசியாற்ற வேண்டும்.

அம்மாவோடு சாணியுருண்டை பிடித்து, குட்டிச்சுவரில் தட்டி, காயவிட்டு, அம்மாவின் கைப்பக்குவத்தில் காணப்பயறு ரசமும், தொக்கும் வாங்கிவாங்கித் தின்ன வேண்டும். அப்பாவுக்குத் தலைகுளிக்க காதுகளுக்கு எண்ணெய் விடும்போது அவர்போடும் விடுகதைக்குத் தப்பாமல் விடை சொல்ல வேண்டும்.

“ஓகோ மரமே! ஓசந்த மரமே! காக்கா ஒக்கார கவிழும் மரமே! அது என்ன?”

“நெல்லு.”

“யாராச்சும் நெல்லப் போய் மரம்னு சொல்வாகளாப்பா?”

“ஏய் எங்க காலத்துல நெல்லுப்பயிரு எம்புட்டு ஒசரம் இருந்தது தெரியுமா? கதிரே ஒருமொழத்துக்கு இருக்கும். இப்பத்தான் பயிரே ஒருசாண் கூட வளர மாட்டேங்கிது. கிறுக்குக்கழுத விடுகதைக்கி பதிலச் சொல்லுன்னா எறும்புப்புத்துக்கு ஈசானிமூலைய கேட்டுக்கிருப்ப?”

அம்மாச்சியிடம் ராஜாராணி கதை கேட்டு தாத்தா, அத்தையம் மாக்களின் அன்பில் கரைந்து, தங்கச்சிகளோடு சண்டையிட்டுக் சண்டை முடிந்ததும் வட்டமாய் உட்கார்ந்து ஒருத்தர் தட்டை

இன்னொருத்தர் கைவைத்து களவாடித் தின்று விட்டு, தாத்தாவின் கழுதைக்கால் கட்டிலில் ஒண்ணு மண்ணாய்ப் படுத்துறங்கி வாழ வேண்டும்.

படுத்திருந்த நிலையிலிருந்து எதிர்ப்பக்கமாய்த் திரும்பிப் படுத்தாள். எதற்காக இப்படியெல்லாம் வீம்பான எண்ணங்கள் எழுந்து தன்னைப் புரட்டி எடுக்கின்றன? ஒருவேளை தனது சந்தோசத்திற்கு முழுப் பொறுப்பாய் இருந்த, அப்பாயி, அம்மாச்சி, தாத்தா போன்ற உயிர்ச் சொந்தங்கள் ஒவ்வொருவராய்த் தன்னைவிட்டு மறைந்த துக்கமா? அல்லது, அருகிலிருந்த தாய்வழிச் சொந்தமும் தனக்கான பந்துக்களாக இல்லாமல் போனதில் அனாதரவான நிலையாகிப் போன சோகமா? இல்லை, புருசனுக்குச் சமதையாய் நிற்கும் இவளோடு அனுதினமும் போராடிப் போராடி நாள்களை நகர்த்தச் செய்கிற புருசனை ஒவ்வொரு கணத்திலும் வெற்றி காணவேண்டும் என்கிற வேகமா? எதுவானாலும் தான் இன்னும் நீண்டகாலம் வாழவேண்டும் என விரும்பினாள். அதுவும் அந்தந்தக் காலத்திய மகிழ்ச்சியுடன்.

பையன் பத்தாம் வகுப்புப் பாசாகி விட்டேன் என்று மூச்சிரைக்க ஓடிவந்து சொன்னபோது மகிழ்ச்சியின் முதல் ருசியினை உணர்ந்தாள். அன்றைக்கு அனைத்து வேலைகளிலிருந்தும் விடுபட்டுப் பையனோடு வெளியில் சென்று சந்தோசமாய் நாளைக் கழித்தாள்.

இப்போதைக்குத் தன் புருசனை வெற்றி கொள்வதுதான் ஆகபெரும் பிரச்சனை என்பதாக நினைத்தாள். அதன் மூலமாகத்தான் தன்னுடைய கடந்த காலத்திய தோல்விகளையும் வென்றுவிட்டதாகக் கருதமுடியும். புருசனது போக்கும் வரவரத் தீவிரமாகி வருகிறது. தான் இன்னமும் பிள்ளைப்பூச்சியல்ல என்பதையும் பலவிதங்களில் பலரது கொடுக்குகளால் கொட்டப் பெற்று, தானும் ஒரு குளவியாகிவிட்டதையும் நிரூபித்தாக வேண்டும்.

புருசன் சமீப காலமாக அவனது சம்பாத்தியமென்று வீட்டுச் செலவுக்கு சல்லிக்காசு தருவதில்லை. புதுசாகக் குடிப்பழக்கமும் அறிமுகமாகி இருக்கிறது. அதன்காரணமாக இவளைக் கைநீட்டி அடிக்க முனைவதைத்தான் சகித்துக்கொள்ள முடியவில்லை. 'அடியே' என்ற வார்த்தையே பிடிக்கவில்லை எனச் சொல்பவளிடம் அடிப்பதுவரை முயல்கிறான் என்றால் பின்னணியில் எதோ

காரணம் இருக்க வேண்டும். தன்னிடம் என்ன எதிர்பார்த்தான், எதில் ஏமாந்தான், புரியவில்லை. ஆனால் தோளுக்குமேலே வளர்ந்துவிட்ட பையனை வைத்துக்கொண்டு வாதம் நிகழ்த்துவதும் உசிதமாய்ப் படவில்லை. படிக்கிற பையனின் மனசில் வீட்டில் நடக்கும் வாதப் பிரதிவாதங்களால் பையனின் படிப்புச் சிந்தனை சிதறிவிடக் கூடாது. தனது வாழ்க்கையைவிட பையனின் எதிர்காலம் முக்கியம்.

ஆனால் புருசனோ வீம்புக்கே அதனைச் செய்வதை உணர்ந்தாள். அதற்கான காரணமும் ஒருநாள் வெளிப்பட்டது. புருசனுக்கு அவன் பேர்சொல்ல ஒரு வாரிசு வேண்டுமாம். இவளால் இத்தனை வருசத் தாம்பத்யத்தில் புருசனது வாரிசு ஒன்றைத் தர முடியவில்லையாம். அதனால் இவளது வீட்டில் பேசி, இவளது தங்கச்சியை அதுவும் சின்னவளை முடித்துவைக்க வேண்டுமாம்.

இந்தச் சவால் அவளுக்குத் தேவையாய் இருந்தது. பிறந்தது முதல் இரண்டாவது கல்யாணம் வரையிலும் ஒவ்வொரு பருவத்திலும் பார்வையாளராக மட்டுமல்லாது கொடுப்பதையெல்லாம் வாங்கிச் சுமக்கிற குணவதியாகவே இருந்து வந்திருக்கிறாள். எந்தப் பருவத்திலும் எதிர்வினையாற்றுகிற சந்தர்ப்பமோ அது சம்பந்தமான அனுபவமோ தனக்கு வாய்த்ததில்லை. யாரும் வாய்ப்பும் தரவில்லை..

பிறந்த பொழுதிலிருந்தே ஒவ்வொரு பருவத்தையும், தன் சீவிதத்தின் ஒவ்வோர் அலையையும் போராடிப் போராடித்தான் கடத்தி இருக்கிறாள். அம்மாவின் தொப்புள் கொடியிலிருந்து பிரிக்கப்படும் வினாடியிலேயே, சின்ன உயிரா பெரிய உயிரா, என்று பூவா தலையா போட்டுப் பார்த்து இப்பூமிக்கு வந்தாள். இல்லையெனில் கண்விழி திறக்குமுன்பே சவக்குழியில் புதையுண்டிருப்பாள். அடுத்து, பெண்பிள்ளைக்கு வண்ணாங்கணக்கு எழுதத் தெரிந்தால் போதும், என்கிற தாராளச் சிந்தையுடன் நாலாம் வகுப்பிலிருந்து கதறக் கதற இழுத்துவந்து படிப்புச் செல்வத்திலிருந்து பிரிக்கப்பட்டதும் ஒரு பருவம்தானே. விளையாட்டில் கூட விதியெழுதி ஆண்பசங்களோடு விளயாடியதற்காக அந்திப் பொழுதில் அத்தனை பேர்களுக்கு முன்னால் அடித்து, தலைமுடியைப் பற்றி இழுத்து வீட்டுக்குள் போட்டுப் பூட்டியது எந்தப் பருவம்? ஞாபகப்படுத்திப் பார்த்தாள். எப்படி யோசித்தாலும் அன்று இரவு மாரியம்மன் கோயில் பூசாரியும்,

கணேசன், விக்கி, வெங்கடேசன் போன்றோரெல்லாம் பேதலித்து நிற்க அப்பா அடித்துத் தள்ளிக்கொண்டு போனது மட்டும் டிஜிட்டல் படமாய்த் தெளிவாய்த் தெரிந்தது.

அப்புறம் உறவு விட்டுப் போகுமெனப் பதினாலு வயசில் திருமணம். பதினாறு வயசில் மறுமணம்.

பெண்ணின் பருவத்தை அரிவை, தெரிவை ,பெதும்பை பேதை மங்கை, மடந்தை, பேரிளம்பெண் என ஏழு பருவங்களாகச் சொல்வார்கள். ஆனால் இவளோ தனக்கு நேர்ந்ததையும் பிறந்தது, வளர்ந்தது, கற்றது, வாழ்ந்தது, வாழ்விழந்தது, வீழ்ந்தது, எழுந்தது எனப் பிரிக்கவும் தயாரானாள். அந்தவகையில் மறுமணத்தின் பிறகான வாழ்க்கையே எழுதல் என உண்மையாகவே தெளிவான முடிவுடன் நிற்கிறாள்,. எந்தச் சமருக்கும் தயாரனதொரு நிலையில். . . .

“என்னாத்தா, எதோ ஒரு மார்க்கமா இருக்க மாதிரி தெரியுது. ஆள் பளீர்னு இருக்க? முடிவுக்கு வந்தாச்சா!” எந்த முன்னறிவுப்பும் இல்லாமல் திடுமென இவளது அறைக்குள் நுழைந்த புருசனது பிரவேசத்தால் ஒருகணம் திடுக்கிட்டுப் போனாள் .

எப்போதுமே இப்படித்தான் பூனைபோல வந்துநின்று அலறவைப்பான். இந்தப்பூனையா பாலைக் குடிக்கப் போகிறது. என்பதாகத்தானே மில்லில் வேலை பார்க்கையில் திரிந்தான். கலியாணத்தின் பிறகான குடித்தனத்தின் போது பூனை விளையாட்டு வேடிக்கையாகத்தான் இருந்தது. போகப் போகத்தான் இது ரத்தம் மட்டுமே குடிக்கிற சிவப்புரோஜாக்கள் பூனை எனத் தெரியவந்தது. ஆகா எனும் உசார்தன்மை எழும்பியது.

காலிலிருந்த பூட்சைக்கூடக் கழற்றாமல், ஸ்டூல்சேரை விரித்துப் போட்டு, ஹாயாகச் சரிந்து உட்கார்ந்தான். ஃபேண்ட்டுக்குள் சட்டையைத் திணித்து பெல்ட் அணிந்திருந்தான். தலைமுடிக்குச் சாயம்பூசி, கிருதாவினைக் கீழிறக்கி மீசையினை மழித்திருந்தான். கண்களுக்குக் கருப்புக்கண்ணாடி அணிந்து அவ்வப்போது மாட்டவும் கழற்றவுமாக ஸ்டைல் பண்ணினான்.

“என்னா, பேச்சயே காணாம்? அய்யாவோட பர்சனால்ட்டி அசத்தீருச்சாக்கும்?” சட்டைக் காலரை தூக்கிவிட்டுக்கொண்டான்.

படுத்திருந்த பாயிலிருந்து எழுந்து உட்கார்ந்தாள். இத்தனை நேரம் படுத்திருந்ததாலோ என்னவோ தலைமேல் பெரும்பாரம் ஏறிநிற்பது போலத் தலை கனத்திருந்தது. ஒருவேளை புருசனைப் பார்த்த அசூயையோ?.மூக்கைச் சுளித்து உறிஞ்சிக்கொண்டாள். முகத்தில் விழுந்த மயிர்களைக் காதோரம் ஒதுக்கிவிட்டு, தளர்ந்திருந்த ஹேர்ப்பின்னை உருவி இறுக்கமாய்ச் சொருகிக் கொண்டாள்.

“சாப்பிட்டீங்களா?”

“ஹெஹ்ஹெஹ்ஹே மொகத்தப் பாத்தாத் தெரியல?”

அடுத்தபடியாக பேச்சை வளர்க்காமல், எழுந்து கொல்லைப்புறம் சென்று முகம் அலம்பி வந்தவள், தட்டில் சாப்பாடு போட்டுக்கொண்டு சாப்பிட அமர்ந்தாள். புருசனுக்கு முகம் சுருங்கிப் போனது. கோபமும் வந்தது. சேரில் சாய்ந்து கிடந்தவன் நிமிர்ந்து விறைப்பாய் ஆனான்.

“நாம் பாட்டுக்குப் பேசிட்டு இருக்கேன். நீ பதிலே சொல்லாம, சோத்தப்போட்டு பீ தின்னமாதரி திங்கிறியே ரப்பா? நாங்கள்லாம்...”

”சாப்புடக் கூட டயம் தரக் குடாதா? அம்புட்டு அவசரமா?” சாப்பாட்டை வாயில் அள்ளிப்போட்டுக் கொண்டே புருசனை ஒருச்சாய்த்துப் பார்த்தாள். “அஞ்சு நிமிசம் பொறுக்க முடியாதா? அதுங்குள்ள எதும் ஆயிருமா? இல்ல ஒங்க மனசு எதும் மாறிடுமா?”

அவனைப் பொறுத்தமட்டில் தன் விசயத்தில் ரெம்பத் தெளிவாகவே இருந்தான். எந்த விசயத்திலும் மாறுவதில்லை. ஒரே முடிவுதான். இனியும் நாளைக்கடத்த முடியாது. இப்படியொரு சந்தர்ப்பம் அமைவது கடினம். சொல்லவேண்டிய வார்த்தைகளை மனசுக்குள் உருப்போட்டுப் பார்த்தான்.

“இதப் பாராத்தா. எனக்குப் பேர்சொல்ல ஒரு புள்ள வேணும். இன்னிமேலும் மலட்டுப் பயலா ஊருக்குள்ள திரியமுடியாது. அது உன்னோட வகுத்துல இருந்து வேணும். முடியாதா, ஒந்தங்கச்சிய தா...”

“கலியாணம் முடிச்சி இத்தனை வருசங்கள் ஓடியும் வகுத்துல பூச்சியக்கூட சொமக்காதவ இனிமேல்பட்டு தரவா போறா! அங்க

இவ தங்கச்சியும் ஆதரவு இல்லாம அப்பனப் பறிகுடுத்துட்டு ஆத்தாளுக்குப் பாரமாத்தான இருக்கா. கூடப் பொறந்ததுக மூலைக்கொண்ணா இருக்காளுக. தங்கச்சிக்கி மாப்பிள்ளயப் பாத்துக் கலியாணம் செய்யணும்னாலும் சீரு செனத்தி நகநட்டுக்குப் பிச்சையா எடுக்க முடியும்? பேசாம அக்காளுக்குத் தொணையா தங்கச்சியும் வந்தா, ஒரேவீட்ல ஒண்ணுமண்ணா கெடக்கலாம்ல?" சாமர்த்தியமான தனது வியூகம் அவனை விசிலடிக்கச் சொன்னது.

இவள் சாப்பிட்ட தட்டை அலம்பி அடுப்படியில் வைத்துவிட்டு, புருசனுக்கு எதிரே தரையில் அமர்ந்தாள்.

"சோறு சாப்பிட்டு தெம்பு ஏத்திக்கிறியாக்கும்?" முகத்தில் புன்முறுவல் மாறாமல் பார்த்துக்கொண்டான்.

சண்டைக்காரனைப் போலப் பேசுகிறவனிடம் பேச்சை அளந்தேதான் பேசவேண்டும் வார்த்தைகளை வீணடிக்கக் கூடாது.

"சொல்லுங்க..."

"சொல்லவா.." சிரித்தான் "நீ தாஞ் சொல்லணும். ஊருக்குள்ள எனக்கும் மானம் மரியாதைனு ஒண்ணு இருக்குல்ல... வீதில கேக்கறவனுக்கு பதில்சொல்லி ஓயல. எங்க அத்தாச்சியே என்னயக் கேலி பண்ணுது. 'கொழுந்தனாருக்குப் புள்ளதரத் தெம்பில்லயா'ன்னு. ஒரே அசிங்கம்..."

"அதனால?"

"அதனால...." திணறினான். என்னதான் உருப்போட்டு வைத்திருந்தாலும், கண்ணுக்குக் கண் பேசுகிறபோது கலக்கமாகத்தானே இருக்கிறது. "அதனாலவெல்லாங் கெடையாது. எனக்குன்னு ஒரு பிள்ள வேணுமா இல்லியா? அது நீ தந்தாலுஞ் சரி, ஒன்னோட தங்கச்சி மூலமா கெடச்சாலுஞ் சரித்தேன்." நேருக்கு நேரான பார்வையை ஒருமுகமாய்ச் செலுத்த முடியவில்லை.

கிட்டத்தட்ட ஒருவருசமாக நடந்த ஊமைநாடகம் இன்று முடிவுக்கு வந்துவிட்டது. அப்பா செத்தநாளிலிருந்து புருசனுக்குத் தங்கச்சிப் பித்து பிடித்துவிட்டது.

நேராய் நிமிர்ந்து உட்கார்ந்துகொண்டாள்.

“இதப்பாருங்க, நாம இன்னமும் சின்னஞ்சிறுசுக இல்ல. திடீர்னு உணர்ச்சிவசப்பட்டு ஆடறதுக்கு... எதையு...” இவள் தனது பேச்சினை நிதானமாகவே துவக்கினாள்.

புருசன் உணர்ச்சி மேலிட இடைமறித்தான். “நிறுத்து. ரெண்டில ஒண்ணு..”

“அதத்தான் நானும் சொல்றேன். ஒங்களுக்கு நாப்பத்தஞ்சு வயசு. இது பக்குவப்பட்ட வயசு. ரெண்டுல ஒண்ணுன்னு வெட்டிவிடக் கூடிய பருவமில்ல. ஒண்ணோட ஒண்ணுப் பேசிப் பகிர்ந்துக்கற கட்டம். பேசுவம். எங்க ஆரம்பிச்சா தீரும்னு யோசிக்கலாம்.” ரெம்பவும் இதமாய்ப் பேச்சை வளர்த்தாள். ”

நான்குமுனைச் சந்திப்பில் நிற்கும் போக்குவரத்துக் காவலரைப் போலக் கைகளை உயர்த்தி இவளது பேச்சினைத் தடுத்தான்.

“ஸ்டாப் ஸ்டாப் நிறுத்து நிறுத்து. நானெல்லா ரெம்ப ரெம்பவே யோசிச்சாச்சு. நீ சொல்றபாரு பருவம், காலம் லொட்டுலொசுக்கு இதல்லாம் பொம்பளைக்குத்தான். ஆம்பள என்னைக்குமே ஆம்பளதான். மார்க்கண்டேயன்தான்.. என்றும்பதினாறு. வயதுபதினாறு, என்னப்பாரு. யாராச்சும் நாப்பது வயசுன்னு சொல்லமுடியுமா?” கால்களை மாற்றிப் போட்டு ஸ்டைல் காட்டினான்.

மடையனிடம் என்னபேசி எப்படிப் புரியவைப்பது. புரிந்தும் புரியாத மாதரி நடிக்கிறானா! நிஜமாகவே நட்டு கழன்றுவிட்டதா? பிள்ளை இல்லாக்குறை இவளுக்கும் உண்டுதான். நாட்டு வைத்தியத்திலிருந்து காட்டுவைத்தியம், மந்திர மாயம், ஓமலிப்பு, மந்திரிப்பு என எல்லாவற்றையும் நடத்திப் பார்த்துவிட்டாள். ஆனால் எல்லா இடத்திலும் இவளைமட்டுமே காரணமாக்கிப் பேசுவதும் ஏசுவதும் தூற்றுவதும்தான் பிரச்சனையாக்குகிறது. புருசன் தனது அண்ணன் சம்சாரத்தோடு தொடர்பு வைத்திருக்கிறான் என்கிற சேதி காதுக்கு வந்தபோதுகூட, காலம் ஒருநாள் மாற்றும் எனக் காத்திருந்தாள்.

ஆனால், காலம் இப்படித்தான் தங்கச்சியைக் காவு கேட்குமா?

“இருந்தாலும் நீங்க பேசறது ஒப்பாத பேச்சு. மனசு, மனசில நின்னு பேசுங்க.”

“ஓகோ. ஓம் பேச்சு மட்டும் ஒப்புமாக்கும்!”

“பின்ன? வாழாக்குடியாக் கெடந்தவளுக்கு வாழ்க்கை தரேன்னு வந்து கலியாணம் முடிச்சீங்க!. சந்தோசமா இருந்திச்சு. ஆனா, இப்ப கொஞ்சகாலமா எதியோ மனசில வச்சிக்கிட்டு தினசரி மல்லுக்கட்டும் தெல்லுத் தெரிப்புமா இருந்தா, அது வீடான வீட்டுக்கு சரிப்படாதுங்க. அத விடுங்க, வீட்டுச் செலவுக்குனு பைசா தந்து எத்தன மாசமாச்சு? எல்லாரும் சாப்புடணும். வீட்டுக்கு வாடக குடுக்கணும். ஒருநல்லது கெட்டதுக்குப் போகணும் வரணும். இதுக்கெல்லாம் எங்க போறது? ஒண்ணுந் தெரியாதா, இது எதையாச்சும் நாங் கேட்டுருப்பனா? அந்தமட்டும் புருசன்னு இருந்தாப் போதும்னுதான இருந்தேன். இப்ப அதுக்கும் பங்கம் வாரமாதரி பேசறீக..”

சீதனமாய்க் கொடுத்த வீட்டை விற்றதும், கழுத்திலிருந்த நகைகளை வாங்கி உருக்கி அழித்து அண்ணன் மனைவிக்கு புது டிசைனில் நெக்லஸ் செய்து போட்டதையும்கூட கழித்துவிட்டுத்தான் பேசினாள்.

“மெதுவா மெதுவாப் பேசு. சத்தமாப் பேசுனாப்ல பயந்து போயிருவம்னு நெனச்சியா? இன்னைக்கி மட்டுமில்ல என்னைக்கிமே ஒனக்கு புருசனாத்தே இருப்பேன். அது மாறாது. இப்ப என்னான்னா, இன்னொருத்திக்கும் அதில பங்கு தரப்போறேன் அவ்வளதேன்.”

“கொஞ்சங்கூட வெக்கமே கெடையாதா?”

“ஏற்கெனவே சொல்லீருக்கேன். நா ஆம்பள. பொம்பளைக்கித்தான் வெக்கம், மானம்... வெங்காயம் வெள்ளப்பூடு எல்லாம்....”

இந்த காமாந்தரன் கண்ணில் எப்படி அந்தச் சின்னப்பெண் சிக்கினாள். நாலு பெண்பிறந்து நாலுமே இம்சைக்கும் இன்னலுக்கும் ஆளாகித்தான் வாழவேண்டுமா? என்ன கடவுளே. என்னா சாமி! அம்மாவும் அம்மாச்சியும் கும்பிட்டதெல்லாம் வேடிக்கையாக, வீணாகிப்போனதே...

“அவ வாழவேண்டிய பொண்ணு, தயவு செஞ்சு வேற யாரவாச்சும் பாத்துப் போங்க நா வேணாங்கல.”

“நா என்னா சாகவா கூப்புடுறேன். பேர் தெரியாத எவனோ ஒருத்தெங்கூடப் போயிக் குடித்தனம் செய்றதுக்கு பதுலா இங்கவந்து சொந்த அக்கா புருசங்கூட வாழட்டுமே. ஏன் நீ இல்ல?”

கோபம் கோபமாய் வந்தது. கைகளில் கண்களில் துடிப்புடன்,. அடக்கிக்கொண்டு பேசினாள்.

“அவளுக்கென்னா விதியா? ஒரு முக்காக் கெழவனுக்கு ரெண்டாந்தாரமா வந்து வாக்கப்படணும்னு! அப்பா போய்ட்டாலும் அம்மா, உசிரோடதான் இருக்கா.... அக்கா நா இருக்கேன். அழகுபெத்த மாப்பிள்ளையக் கொண்டுவருவேன் தெரியுமா?”

உட்கார்ந்திருந்த சேரிலிருந்து விருட்டென எழுந்தான். “ஓ... நா முக்காக் கெழவனா? சரி அதவிடு. ஒனக்கு நான் யாரு? நானும் ரெண்டாந்தாரம்தான! ஒரு ஆம்பள, பொம்பளைக்கி ரெண்டாந்தாரமா வாரப்ப, பொம்பள வரக்கூடாதா. இல்ல, நாட்டுல நடக்காத சங்கதியா?”

இவளால் வார்த்தைகளைக் கட்டுக்குள் கொண்டுவரச் சிரமமாயிருந்தது. ஒரு சில நிமிடங்கள் கண்களை மூடி அமைதி காத்தாள்.

புருசன் தொடர்ந்தான். “இங்க பாருடீ, பொண்ணு கெடைக் கலங்கறதுக்காக ஒந்தங்கச்சியக் கேக்கல. புள்ள வேணும். அது ஒன்னோட வகைல வந்தா ஒனக்கும் திருப்தியா இருக்கும். நீயும் உரிமையா பாத்துக்குவேன்னுதான்.” இவளைத் திருப்திப் படுத்திவிட்டதாக நினைத்து மறுபடி சேரில் உட்கார்ந்தான்.

மூடிய கண்களைத் திறந்தவள் தீர்க்கமாகப் பேசலானாள்.

“உண்மையிலேயே உங்களுக்குப் புள்ள வேணும்னா நல்ல டாக்டரப் போய்ப் பாத்துட்டு வாங்க...” என்றாள்.

வினாடிப் போதில் புருசனுக்கு முகம் இருண்டு போனது.

“டாக்டர்கிட்டப் போகணுமா? என்னாத்துக்கு? அப்படின்னா நா மலட்டுப் பயல்னு சொல்றியா? ஹேய், இங்க பாருடீ. ஊருக்குள்ள போய்க் கேட்டுப்பாரு, எத்தன பொம்பளைகளுக்கு நா புள்ள வரம் குடுத்துருக்கேன்னு தெரியும்.” தொடையினைத் தட்டிப் பேசினான்.

இனி இந்தப்பேச்சு இப்படியே தொடர்ந்தால் தீராது. இவளும் எழுந்தாள்.

“எவளுக்கு புள்ளயக் குடுத்தியோ, எவ புழுத்துச் செத்தாளோ, அந்தக் கடவுளுக்குத்தா வெளிச்சம். ஆனா, நா மலடி இல்லேங் கறதுக்கு இந்த வீட்டிலேயே ஒருத்தன் இளவரசன் மாதிரி திரியறான். தெரியுமா?” எனக் கேட்டவள், “ஒண்ணு பண்ணலாமா, ஓந்தம்பிய எனக்குக் கட்டிவையி. நீ விரும்புன மாதரி ஒன்னோட வகையிலயே என்னோட வகுத்துல இருந்தே ஒரு புள்ளய பெத்துத் தாரேன். சரியா?” புருவத்தை வெட்டி தானும் ஒரு ஸ்டைலாகச் சொன்னாள்.

தாங்க முடியவில்லை அவனால். விருட்டெனச் சேரைவிட்டு எழுந்தவன், சேரைப் பின்னுக்குத் தள்ளிவிட்டு இவளது தலைமுடியைக் கொத்தாகப் பற்றினான். அதே வேகத்தில் இருகன்னங்களிலும் மாறிமாறி அறையலானான். இவளுக்குக் கிறுகிறுத்துப் போனது.

“தேவிடியா முண்ட, என்னா பேச்சுப் பேசற? என்னய யாருன்னு நெனச்ச! போ வெளிய, இன்னம் ஒரு நிமிசம் நின்ன.. தூக்கித் தொங்க விட்ருவே. போடி!” உட்கார்ந்திருந்த சேரைத் தூக்கி இவளை அடிப்பதற்காக ஓங்கினான்.

ஓங்கிய புருசனின் கைகளை இறுகப் பற்றி நிறுத்தினாள்.

“வீட்டுக்கு வாடக குடுக்கறது நானு. வீடல இருக்கற பண்டம் பாத்தரம், கட்டிலு, டேபிளு எல்லாம் நா வாங்கிப்போட்டது. சட்டில இருக்க சோறு, நீ உடுத்தி இருக்க உடுப்பு,. ஏன் பிடிச்சிருக்கியே சேரு. . இதுவும் என்னது. ஒழுக்க மரியாதையா நீ வெளில போடா நாயே . . நாங்க அடிச்சாலும் வலிக்கிம்? எத்தன நாளைக்கித்தான் பாவம் பாக்கறது… ” சொல்லிக்கொண்டே புருசனின் அடிவயிற்றில்… ஓங்கி விட்டாள் ஒரு உதை.

•

கல்வித்தோட்டம் பெண்களால் நிரம்பி இருந்தது. யாருக்கும் சீருடைகள் வேண்டாமெனச் சொல்லியிருந்தாள்.

“இஷ்டப்பட்டதை உடுத்திக்கட்டும்.” அதில் ஆயிரம் அர்த்தங்கள் பொதிந்திருந்ததை இவள் மட்டுமே அறிவாள்.

“மானாங்கண்ணியா போட்டுட்டு வந்தாங்கன்னா?” அழகுவேல் அண்ணன் ஒருநாள் இவளிடம் கேட்டார்.

“அது நாம்ப வேலைய சரியா நடத்தலேன்னு அர்த்தம். அவங்களுக்கு சேக்கவேண்டியத சேக்கலேன்னு அர்த்தம்ணே.”

“எல்லாம் ஒரு அடையாளத்துக்குத் தானம்மா.”

“அடையாளம்ங்கறது உடுத்தற உடுப்பிலயாண்ணே இருக்கு?”

இரண்டுபேரும் சேர்ந்துதான் தோட்டம் அமைத்தனர். முதலில அம்மாச்சியின் வீட்டில்தான் துவங்கியது. வீட்டின் எந்த அமைப்பையும் மாற்றாமல் போனதுவந்ததைச் செப்பனிட்டு வர்ணம்பூசிப் பொலிவாக்கியிருந்தாள். அனாதரவான பெண்பிள்ளைகளை வீட்டுக்கு அழைத்துவந்து அவர்களுக்கான பராமரிப்புகளைச் செய்துவந்த நிலையில் அழகு அண்ணனது முயற்சியால் அம்மாச்சியின் பெயரால் ஒரு தொண்டு நிறுவனம் அமைக்கப்பட்டது, அது மேலும் பலவேலைகள் செய்ய இவளுக்கு வாய்ப்பினைத் தந்தது. இடப் பற்றாக்குறையால் ஊருக்கு மேற்கே அய்யனார் கோயில் அடிவாரத்தினருகே நிலம் வாங்கிக் கல்வித்தோட்டம் அமைக்கப்பட்டது.

குடியால் வாழ்விழந்த குடும்பத்துப் பிள்ளைகளுக்கான படிப்பு, மருத்துவம், மற்றும் நலவாழ்வுக்கான ஆலோசனைகள் முதலானவற்றை எந்தவிதச் சிபாரிசுகளுமின்றிச் செய்து வந்தாள்.

கணவனால் பாதிக்கப்பட்ட பெண்கள் அழைத்துவரப்பட்டு தனித்து நிற்கும் ஆற்றல் வழிச் செயல்பாட்டைச் சொல்லித் தந்தனர். அழகுவேல் வெளியூரிலிருந்து சிலரை அழைத்துவந்து பூமியைப் பற்றியும், வாழும் சமூகம் சம்பந்தமாகவும் பேசவைத்தார். தவிர ஊருக்குள்ளிருக்கும் சில பெண்களுக்கு வங்கிகள் மூலமாகக் கடனுதவிகள் வாங்கித் தொழில்கள் ஏற்படுத்தித் தந்தனர். இன்னும் தீராத பஞ்சாயத்துகள், மனநல ஆலோசனைகளுடன் தீர்த்துவைக்கப்பட்டன.

கல்வித்தோட்டம் எனும் பெயருக்கு ஏற்ப தோட்டத்தைச் சுற்றிலும் உயிர்வேலி நட்டுவைத்தார்கள். கட்டடங்களுக்குப் பதிலாகக் குடில்கள் அமைத்து இயற்கைச் சூழலை நிலைநிறுத்தினர். மரங்கள் மட்டுமல்லாது பயிர்வகைகளும் பழவகைகளும் வளர்த்து

அதனை அங்கே வசிக்கும் பெண்களிடம் பிரித்துக் கொடுத்து ஒவ்வொருவருக்கும் தனித்த பொறுப்புகள் வழங்கினர். அவற்றைத் தத்தம் உயிர்ச் சொந்தங்களாய்ப் பாவித்துப் பராமரிக்கும் பணியில் ஈடுபட்ட பெண்கள் மாலை நேரத்தில் தமக்கான பள்ளிக் கல்வியையும் பெற்றனர்.

சிறுவர் சிறுமியர்கள் மாலைநேரம் முழுக்க விளையாட மட்டுமே அனுமதிக்கப்பட்டனர். யார்யாருக்கு என்னென்ன தெரியுமோ அத்தனையும் ஆடலாம். விளையாட்டிற்கான விதிகள் உண்டு. ஆனால் ஆண்பிள்ளைக்கான விளையாட்டு பெண்பிள்ளைக்கான விளையாட்டு என்கிற விலக்குகள் கிடையாது.

மாலையில் நடத்தவேண்டிய சந்திப்புகளை முடித்துவிட்டுத் தனது அறைக்கு வந்தாள் இவள். அம்மா சுடவைத்துக் கொடுத்த வெந்நீரில் தலைக்குளித்தாள். நீரின் இளஞ்சூடு உடலுக்கு ஒத்தடம் கொடுத்த மாதரி இருந்தது. தலையைத் துவட்டியதும் கண்கள் சொக்கடித்தன. அறையை விட்டு வெளியில் வந்தாள்.

பிள்ளைகள் விளையாட்டை ஆரம்பித்திருந்தனர். திடலையும் கடந்து தோட்டம் முழுக்க அவர்கள் ஆடுவதற்கான அனுமதி உண்டு. அவர்களைப் பார்த்துப் புன்முறுவலித்தபடி வாசலருகே வளர்ந்திருந்த புங்கை மரத்தடியில் சாய்வு நாற்காலி போட்டு அமர்ந்தாள். தொட்டிலாய் அது இவளைத் தாங்கிக்கொண்டது. கால்களைத் தளர்வாகத் தொங்கவிட்டு தலையை நாற்காலியின் மேற்புறத்தில் சாய்த்தாள். ஈரம் உலராத கூந்தல் தோளில் புரண்டது.

அம்மா வந்து கூந்தலை விரித்து நாற்காலியின் பின்புறம் இறக்கிவிட்டது. “அப்பிடியே விட்டா தல ஈரம் சீக்கிரம் காயாதுமா.” சொல்லிவிட்டுக் கிளம்பியது. இரவில் பிள்ளைகளுக்கு தினமொரு கதை சொல்ல வேண்டியது அம்மாவுக்கான வேலை. இவளும் சொல்லுவாள். யாருக்குத் தோன்றினாலும் கதை சொல்லலாம். சமயத்தில் பிள்ளைகளே கூடச் சொல்லுவார்கள்..

புருசனை விட்டு வந்ததும் அம்மாவைத் தன்னோடு அழைத்துக் கொண்டாள். சின்னவளுக்கு சீலையம்பட்டியில் மாப்பிள்ளை பார்த்து முடித்துவைத்தாள். பெரிய தங்கைகளின் பிள்ளைகளையும் கல்வித் தோட்டத்தில் இணைத்துக்கொண்டாள். இவளது பையனுக்குத் திருச்சி கல்லூரியில் இடம் கிடைத்து படிக்கப் போயிருந்தான். இது அவனுக்கு இரண்டாவது ஆண்டு.

புங்கை மரத்தின் காற்று அப்படியே இவளைக் கண்ணுறங்க அழைப்பு விடுத்தது.

விளையாடுகிற பிள்ளைகள் இவளது அறையினையும் விட்டு வைக்கவில்லை. அவர்களைப் பார்த்துக்கொண்டிருக்கையிலேயே கண்கள் மறுபடியும் சொக்கடித்தன

"பெரீம்மா!" விளையாடிக்கொண்டிருந்த பிள்ளைகளில் ஒரு எட்டுவயசுப் பையன் இவளைத் தொட்டு உசுப்பினான்.

தங்கையின் பிள்ளைகளைத் தோட்டத்தில் இணைத்தபோது அவர்கள் இவளைப் பெரியம்மா என அழைத்தார்கள். அதுகண்டு தோட்டத்துக்கு வந்த அத்தனை பிள்ளைகளும் அப்படியே அழைக்கப் பழகிவிட்டனர்.

"ஏ பெரீம்மா ஒறங்குறாங்கடா. ஏந்திரிக்கவிட்டி வருவம்.." பெண்பிள்ளையில் ஒன்று அழைத்தவனை இழுத்தது.

சொன்னதைக் கேளாமல் மறுபடியும் அச்சிறுவன் உசுப்பினான். கிறக்கத்தோடு கண்விழித்தாள். "என்னா செல்லம்?"

"இது... இது என்னா காலம்?" யாரும் யாரிடமும் சந்தேகம் கேட்கலாம்.

"காலமா?" இவளுக்குப் புரியவில்லை. சாய்வு நாற்காலியின் தொட்டிலிலிருந்து தலையை நிமிர்த்தினாள்.

"இல்ல பெரீம்மா., இல உதிர்காலம், வசந்தகாலம், மும்பனிக்காலம், பிம்பனிக்காலம், கோடைகாலம், குளிருகாலம்னு ஆறு பருவகாலங்கள் இருக்குல்ல? அதுல இது என்ன காலம்னு கேக்கறான்?"

ருக்மணி டீச்சரைப்போலச் சுட்டுவிரல் நிமிர்த்தி, தலையை மேலும் கீழுமாய் ஆட்டியபடி விளக்கினாள் அச்சிறுமி.

கண்கள் கிறக்கத்திலும் சிந்தையோ பாதி உறக்கத்திலுமாய் இருக்க, அந்த நிலையிலும் ஒவ்வொன்றாய் நடத்திப்பார்த்தாள்.

தளைகள் களைந்து விட்டொழித்த உறவு, சொன்னபேச்சு கேட்கும் பிள்ளை, சூழ்ந்திருக்கும் சுற்றம், தென்றலாய் வந்துமோதும் மழலைச் செல்வங்கள், அதற்கும் மேலாய்ச் சுயமாய் முடிவெடுக்கும்

சுதந்திரம். சுநாதமான வாழ்க்கை. இப்படியே தொடருமா காலம்? தொடரவேணும்... கடவுளே!

"சொல்லுங்க பெரீம்மா இது என்ன பருவம்?"

"விட்றா பெரிம்மாக்குத் தெரியாது போல பாவம்." அடுத்தொரு பிள்ளை பதில் சொன்னது.

இமைதிறந்து பார்த்தாள். தோளுக்கருகே உயர்த்திய விரலை மடக்காமல் பதிலுக்காகக் காத்திருந்தான் சிறுவன். நீட்டிய விரலைப் பிடித்து முத்தமிட்ட இவள், "இது நிமிர்ந்த பருவம்" எனச் சொன்னாள்.

பிள்ளைகள் புரியாமல் விழித்தன.

"நாந்தே சொன்னேன்ல பெரீம்மாக்குத் தெரியாதுன்னு..." முந்திக்கொண்டு பேசியது ஒருபிள்ளை.

"பெரீம்மா, வாட் ஈஸ் யுவர் நேம்?" ருக்மணி டீச்சர் கேட்டது.

"பெரீம்மா நேமீஸ் பெரீம்மா..." துடுக்காய் இன்னொருபிள்ளை பதில் சொன்னது.

பிள்ளைகளோடு அளவளாவுகிற போது அவர்களைப் போல இவளும் உடம்பை நெளித்துக்கொண்டு பேசலானாள்.

●